VỀ NGHE BÁT NHÃ CA

Copyright by @ lythuanghiep

LÝ THỪA NGHIỆP

Về nghe Bát Nhã ca

THƠ

TẠP CHÍ HỢP LƯU
2018

ĐỌC THƠ
LÝ THỪA NGHIỆP

Anh là một nhà thơ độc đáo, làm thơ y hệt như người hát Kinh Phật. Không phải một hình thức đọc tụng Kinh Phật như đời thường. Thơ Lý Thừa Nghiệp không đời thường, tuy vẫn nói về Sóc Trăng quê ngoại, nói về mẹ, nói về em, nói về Melbourne với Cù Lao Dung... nhưng tất cả hình ảnh đời thường hiện lên trong thơ anh đều nhắc tới những pháp ấn, rằng tất cả các pháp là bất như ý, là vô thường, là không gì nắm bắt được. Thơ Lý Thừa Nghiiệp là một thân chứng về cõi đời này, trong niềm vui đã ẩn tàng nước mắt, trong gặp gỡ đã có mầm ly biệt, trong những tình cờ gặp gỡ vừa khởi lên đã thấy những rỗng lặng trống không của tâm hiện ra.

Đó là những bài thơ hiếm gặp trên đời này. Đó là thơ Lý Thừa Nghiệp. Đó là những dòng chữ làm chúng ta giựt mình ngay tức khắc. Như dường chữ nhảy ra khỏi trang giấy. Nhiều bài thơ của anh có sức mạnh làm tôi sững sờ, ngồi yên lặng lẽ, và dõi mắt nhìn cho tới dòng cuối bài thơ.

Thí dụ, trong bài Nghe Kinh trong thi tập "Về Nghe Bát Nhã Ca" của Lý Thừa Nghiệp, trích:

Sáng nghe một bài kinh
Ngũ uẩn bỗng cựa mình
Nhang thắp hồng sám hối
Bụi tàn bay lung linh.

Làm sao có thể có những dòng thơ dị thường như thế? Kinh nghe buổi sáng có cả triệu triệu người từng nghe. Khi thi sĩ viết "ngũ uẩn bỗng cựa mình," chúng ta có cảm giác như trang kinh oằn xuống với cả biển khổ của trần gian. Ngũ uẩn là một khái niệm trừu tượng, là năm nhóm hình thành thân tâm chúng ta - sắc thọ tưởng hành thức - vậy mà, từ khái niệm trừu tượng trở thành cái gì rất cụ thể, để "cựa mình" và để làm hồng lên nén nhang sám hối. Dòng thơ như len vào làn da được, hệt như làn gió ban mai bên cửa sổ.

Thơ Lý Thừa Nghiệp cũng phần lớn mang giáo lý nhà Phật, có khi nêu ra những câu hỏi rất mực gian nan, như trong bài Căn Nhà:

Sao gọi là sinh, sao gọi là tử
Khi tâm người rỗng lặng trống không.

Đó là các dòng thơ tự thân là những câu hỏi làm chúng ta mất ngủ, có khi vật vả cả một đời. Khi tâm rỗng lặng? Lấy chữ đâu để ra thơ? Thắc mắc của tôi cũng hệt như khi đọc thơ của nhiều thiền sư năm xưa, khi sinh và tử là suy nghĩ trọn đời cho một công án, thế rồi một hôm thấy tâm mình rỗng lặng, không thấy tâm mình sinh khởi, và do vậy cũng không thấy tâm mình biến diệt nữa. Thơ Lý Thừa Nghiệp nơi đây là những câu hỏi lớn, với sức mạnh thi ca như thế, hiển nhiên là thơ của anh phải từ máu xương da thịt của anh, không giống ai và như một ngọn núi tách rời các rặng núi.

Và do vậy, có rất nhiều khi, thơ Lý Thừa Nghiệp như một dạng kể lại Kinh Phật, không phải như người tụng kinh đời thường, mà như một người hát rong Kinh Phật. Thoạt nghe như thơ tình, thoạt nghe như thơ Thiền, nhưng từng câu chàng đứng hát giữa trận mưa đầy nước mắt của ba cõi vô thường. Thí dụ, như trong bài Mùa Dược Thảo, trích:

Núi xanh ngăn ngắt mùa dược thảo
Ta đứng bên đồi mưa Pháp Hoa
Cỏ cây bỗng chốc thay dung mạo
Hà sa hà sa lệ nhạt nhòa

...

Ta hẹn em về mùa thảo dược
Bùn sen ngơ ngác tiếng mưa rào
Chớ hỏi vì sao con trăng khuyết
Tam giới rơi đều, bọt nước xao.

Chúng ta có thể thắc mắc: phải chăng Lý Thừa Nghiệp đang làm thơ, hay đang hát lời Kinh Phật? Vì sao trong thơ họ Lý đầy những pháp ấn chư Phật? Thí dụ như trong bài Trên Ngàn Năm, chúng ta nhìn thấy pháp ấn Vô Thường hiển hiện qua các hình ảnh: mưa suốt những ngàn năm chuyển biến, trong đó cưu mang cả vui và buồn

Mưa trên ngàn năm cũ
Hạnh phúc lẫn ngậm ngùi
Lớn ròng theo thác lũ
Đất trời hề đang trôi...

Hay như pháp ấn Khổ tức là Bất Như Ý, đã ẩn tàng trong dòng thời gian miên viễn và hiển hiện trong thơ Lý Thừa Nghiệp, qua bài Lên Đồi Xem Mưa Bay, nơi những cảnh đời như lau sậy bị xô giạt hiện lên trên ngàn ngàn trang giấy, nơi mưa trôi lũ cuốn trong dòng thời gian, thoạt sinh rồi thoạt tử không ai hay, trích:

Chầm chậm từng hạt mưa
Rơi trên ngàn trang giấy
Những thân người lau sậy
Qua đời không ai hay

Và kỳ lạ như thế, các bài thơ nghe như là thơ tình, vì nói về một "em" năm xưa của những ngày mưa hay nắng, khi qua chiếc cầu đã rêu phong mấy độ vô thường, vậy rồi nhắc nhở tới một đường chim bay của tâm thức... Phải chăng là thơ tình, hay thơ Thiền? Như trong bài Đường Chim Bay Ngày Trước, trích:

Em về đây ngày mưa hay ngày nắng
Nhịp cầu này mưa gió đã rêu phong
Xin hãy nhớ đường chim bay ngày trước
Bên rặng dừa biển nối biển mênh mông

Một số bài thơ Lý Thừa Nghiệp dùng nhiều chữ cổ, hình ảnh cổ. Chữ "thất đại" là trong Kinh Phật, hay các hình ảnh cổ như thời Đường: áo hoàng hoa, bầy hạc cũ, bờ dâu xưa, khói tang điền... Trường hợp này, độc giả không đủ kiến văn về tích cổ có thể không nắm hết ý. Dù vậy, ngay cả khi không hiểu hết, những cảm xúc bùi ngùi cũng hiện ra giữa các dòng thơ của anh, rằng lia thất đại mới có tri giác thực, từng trang thơ của họ Lý hiện lên các bờ khói sương vô thường, như trong bài Vỗ Cánh Thiên Thu, trích:

*Ly thất đại bước lên thềm tri giác
Áo hoàng hoa lất phất bên sông
Bầy hạc cũ bay về phương khác
Bờ dâu xưa nghi ngút khói tang điền...*

Đặc biệt, Lý Thừa Nghiệp có những bài thơ tình rất mực đậm đà, nơi đó giai nhân có môi hồng tháng Chạp (tức tháng 12 âm lịch, là gần Tết, tượng trưng cho mùa xuân sắp đến) thắm đỏ dòng mực từ nghiên bút thư sinh (hẳn là chàng họ Lý?). Nhưng còn "rám buồng cau" thì sao? Có phải chữ người xưa ám chỉ "buồng cau" là nữ tính chơm chớm, vừa nhu nhú như cau của cô nàng tuổi mười lăm? Bài thơ Nghiên Mực Đỏ rất mực lãng mạn, trích:

*Nghiên mực đỏ pha hồng môi tháng Chạp
Gió dậy thì ai thổi rám buồng cau
Lòng ta chở nguyên dòng sông bạc
Trăng mười lăm con bướm mộng khay trầu*

Một độc đáo của Lý Thừa Nghiệp còn là

thơ lục bát, nơi đây anh viết có khi hệt như ca dao, có khi hệt như người đạo sĩ thơ mộng đi hái thuốc trên núi Cấm, và có khi hệt như quý ngài du tăng. Trích phần đầu của bài Tụng Một Thời Kinh như sau:

Vì người tụng một thời kinh
Tôi đi rước nắng về in hiên trời
Chiều trông chiều vẫn thảnh thơi
Tôi đi hái thuốc về in hiên nhà
Tâm ai bủa khắp sơn hà
Tôi đi gieo hạt di đà mười phương

Thể thơ thất ngôn qua tay Lý Thừa Nghiệp cũng là một tuyệt kỹ. Trong bài thơ đề tặng Hòa Thượng Thích Từ Thông, năm Hòa Thượng 90 tuổi, nhà thơ họ Lý viết bốn đoạn thơ 7 chữ, mỗi đoạn 4 câu, người xưa gọi là thất ngôn tứ tuyệt. Cũng cần nhắc rằng, Thầy Thích Từ Thông còn được nhiều học giả Việt Nam xưng tặng là Đệ nhất giảng sư về Đại Thừa, với hàng ngàn băng giảng trên YouTube. Trong bài thơ đề tặng Hòa Thượng, Lý Thừa Nghiệp viết, trích 4 dòng cuối:

Lô nhô sinh tử hề! Như bụi
Tấm áo phong phanh gió bạt ngàn
Cười khan một tiếng rền trăm núi
Xuống hàng vẩy mực thuyết Kim Cang.

Thơ Lý Thừa Nghiệp hay tới như thế, thơ hay tới dậy sóng khắp biển trời trên từng trang thơ, thơ hay tới cả ngàn năm mưa bụi rủ nhau về mừng ngày hội chữ nghĩa trên thơ, thơ hay tới mức trăng xanh và nắng vàng cùng về chiếu rọi trên trang chữ. Anh là người dùng thơ để hát các pháp ấn Kinh Phật.

Vẩy mực thuyết Kim Cang… Tuyệt vời là thơ. Xin ghi lời trân trọng cảm ơn nhà thơ nơi đây. Rất mực trân trọng.

Phan Tấn Hải
Tháng 3/2018.

SỪNG SỮNG NÚI

Sừng sững bổn tâm, sừng sững núi
Mây xanh ngăn ngắt rừng bạt ngàn
Trái tim thiên địa còn tươi rói
Tiếng hống vang rền kinh Kim Cang

Con chim vỗ cánh bay ngàn dặm
Bốn biển đong đầy những hạt mưa
Chớp mắt mà xem hề kim cổ
Cánh cò vi vút tiếng chèo khua

Trăng vẫn tròn lên, trăng vẫn mật
Ngày ta cởi áo bỏ lên ngàn
Trừng con mắt ngó trần sa hoặc
Đất vẫn đầm đìa bụi hỗn mang

Sừng sững chơn tâm, sừng sững núi
Người về dệt lại áo hoàng hoa
Bình minh thong thả châm trà mới
Thả khói trôi đầy cả biển xa.

VÀNG ĐÁ BỒI HỒI

Lục căn ngó thấy lục trần
Đầu hai thứ tóc bần thần làm sao
Thiên kinh chữ nghĩa rạt rào
Lên đồi ngả nón đứng chào rừng thông
Xanh mênh mông, xanh mênh mông
Thấy bao nhiêu lá rơi trong nắng chiều

Nghiêng vai gánh một gánh liều
Bỏ rơi thân phận làm tiều phu chơi
Cuốc lên đất đá bồi hồi
Cuốc lên vàng đá ngôn lời thậm thâm
Hứng đầy một trận mưa râm
Thơ ta sẽ rót muôn năm đó người.

TRÔI VỀ BIỂN

Dạo vòng quanh ba ngàn thế giới
Săn tay vo gạo nấu cơm chiều
Lưng đồi vời vợi tiếng chim kêu
Linh Thứu sơn sá gì mưa hay nắng

Buông gánh sơn hà lòng thanh thản
Đêm về trăng sáng uống trà chơi
Nghe sóng lao xao cả biển trời
Pháp giới hà sa mênh mông Phật

Vuốt mặt mà xem còn hay mất
Gió chở mây về trôi thênh thang
Giả dại qua sông nắng sắp tàn
Nhìn nhau muôn tượng dường xao xuyến

Một mai đồi núi trôi về biển
Ta tiễn ta về buổi trắng tay
Trăng nước lung linh tùy xứ hiện
Chớp mắt mà xem hoàng hạc bay.

CHÉN VÀNG SON

Nắng vàng lên, nắng rất thơm
Lòng ta từng tán lá xanh rờn
Bạch hạc còn bay vòng thiên cổ
Khách về nhấp nốt chén vàng son

Ngồi xuống đây và gọi gió lên
Sẽ nghe ngan ngát cả hương đèn
Thềm xưa áo lụa còn xanh mãi
Đàn sáo về quanh sân thủy tiên

Nghệ sĩ hề! Con nước dâng
Vỗ sóng mà ca khúc phù trầm
Trường giang gõ nhịp thơ đề án
Tinh huyết ai gieo nốt nhạc thần

Có phải đương mùa hoa hướng dương
Nên chi hoa cúc nở hoang đường
Người xa như thể mây đầu núi
Và gió bao giờ thôi ly hương

Ly hương cây cải mọc trên đồi
Hoa đốm lưng trời, hoa đốm rơi
Bỗng dưng vỡ lẽ ngàn phương mộng
Vạn pháp cùng chia một nụ cười.

BẠN LỮ

Này bạn lữ, con đường xa trước mặt
Những hàng cây chong mắt ngó liên hồi
Lòng hỏi dạ man man điều oan khuất
Người đưa người, lầm lủi đơn côi

Bạn lữ hề! Trăng chưa sáng
Chén trà lãng đãng những màn sương
Lên đồi đón gió reo ngàn dặm
Tấm áo tỳ kheo bay cuối đường

Bạt ngàn hoa dại miền biên địa
Sư ngồi thuyết pháp buổi tà dương
Xôn xao lưng núi mây huyền nghĩa
Lệ bỗng rơi theo những suối nguồn

Thuyền nan từng chiếc trôi phiêu bạt
Bạn lữ chiều nay như lá vàng
Bỗng dưng gieo xuống, rơi an lạc
Phút chốc phàm phu chứng niết bàn

Sáng nay bạn lữ nghe chim hót
Ta bước lên đồi hong nắng chơi
Rừng cây một sớm tràn hương mật
Sinh tử chừng như cũng thảnh thơi.

CHÌM GIỮA NGÀN DÂU

Người về chìm giữa ngàn dâu
Máu tim đọng lại một màu vàng son
Thiên thu con mắt trăng tròn
Còn soi trên những núi non bạt ngàn
Biển lùa từng mảng trăng tan
Thấy tôi trôi giữa vô vàn gió sương.

DƯƠNG CẦM

Nghe rơi từng tiếng dương cầm
Tiếng vang thảng thốt, tiếng ngầm xót xa
Âm thầm theo tiếng mưa qua
Chuyến xe độc mã bụi pha đầm đìa
Trôi đi từ buổi chia lìa
Con trăng đã khuyết nẻo về mù sương

Này tâm cảnh này đồi nương
Ngàn thu lá rụng về phương trời nào
Có rơi về cõi chiêm bao
Tôi gieo một niệm rơi vào biển xưa
Mơ màng từng tiếng sóng đưa
Bốn phương dấy động cơn mưa dương cầm.

KHÚC BI HOA

Thì cứ rót vòng quanh màu trà đậm
Chuyện muôn đời tiếng sấm nổ bâng quơ
Em có thấy đất trời kia thăm thẳm
Giữa đôi bờ nhật nguyệt cháy vu vơ

Cây phượng vĩ già nua màu son nhạt
Người qua sông mưa nắng cũng qua sông
Trời hôm đó đỏ một màu nắng lạ
Những con chim không hót buổi theo chồng

Cứ thong thả mình về chơi Đà Lạt
Bốn mùa mây trắng hồ Xuân Hương
Mình sẽ lên đồi nghe gió hát
Cười với ngàn thông một điệu buồn

Bảo Lộc... Bảo Lộc đường lên dốc
Đổ xuống đồi xanh những liếp trà
Mang mang phiêu hốt mưa ngang dọc
Nghe rền trong đá khúc bi hoa.

MẤY HÀNG NGHIÊNG

Thơ tôi viết mấy hàng nghiêng
Dăm hàng tịch mịch giữa miền hư không
Bồng bềnh nắng ở trên sông
Sông trôi về biển bỏ dòng nắng tan
Lệ tôi rớt xuống hai hàng
Mang theo dục vọng chảy tràn sắc thân

Thơ tôi vẽ ngọn Phong-thần
Theo người lên núi tìm vầng trăng xưa
Khi về trời tạnh cơn mưa
Vườn tôi đất cát vắng thưa tiếng người
Đứng ngồi bóng tạc mồ côi
Ngó quanh quất thấy hình tôi nhạt dần.

MỘT NẮM SẮC KHÔNG

Hốt lên một mắm đất mềm
Thấy người thiên cổ bên thềm gió rong
Hốt lên một mắm sắc không
Linh minh nhân ảnh bụi đong đêm ngày
Miên trường từng cuộc tỉnh say
Từng hơi thở nhẹ rót ngoài hiên mây.

CON TRÂU

Con trâu lội đã vô bờ
Hàng hàng lau sậy đương chờ nước lên
Chim trời cá nước mông mênh
Tiều phu ngẫu hứng về bên cánh đồng
Cây bần cây ổi trổ bông
Con trâu đứng ngó chín dòng phù sa.

TRÊN NGÀN NĂM

Mưa trên ngàn năm cũ
Hạnh phúc lẫn ngậm ngùi
Lớn ròng theo thác lủ
Đất trời hề đang trôi!...

Vẫn da thơm tóc cũ
Nhan sắc những mùa hoa
Ngàn năm chừng chưa ngủ
Lênh đênh dãy thiên hà

Phập phồng đêm chăn mỏng
Soãi cánh những dòng sông
Về đâu hề biển rộng!...
Gờn gợn tấm son hồng

Đồi nương sương bát ngát
Hương lùa hương la đà
Nằm im nghe chim hạc
Bay vút chín tầng xa.

BÁT NHANG

*Sáng nay một biển gió đầy
Thuyền anh rời bến cuối ngày nhân gian
Hương linh hay bát nhang tàn
U linh từng niệm giải oan hằng hà
Thân người hay giọt sương pha
Chung thân tan với núi và hư không*

*Sáng nay trên những cánh đồng
Có con chim nhạn lưu vong bay về
Văn tràn rót lệ thơ đề
Rơi trên trang giấy thác ghềnh năm xưa
Thầm thì lất phất như mưa
Thuyền ai viễn xứ bỗng đưa nhau về.*

ĐƯỜNG CHIM BAY NGÀY TRƯỚC

Em về đây ngày mưa hay ngày nắng
Nhịp cầu này mưa gió đã rêu phong
Xin hãy nhớ đường chim bay ngày trước
Bên rặng dừa biển nối biển mênh mông

Mẹ sẽ hát em nghe bài ca cổ tích
Thuở vôi nồng têm đỏ lá trầu xanh
Khi nắng hạ hay mưa dầm tí tách
Bên hiên nhà hoa bí nở vàng sân

Đất sẽ hỏi vì sao người ly xứ
Những mùa dưa chín đỏ đợi ai đây
Con chim hót đã trầm trầm tư lự
Đã biết buồn từ một buổi chia tay

Em về đây mùa xuân hay mùa hạ
Khu vườn này cây cải sẽ ra hoa
Lệ sẽ rơi vào tâm can thinh lặng
Tận đáy lòng của kẻ đi xa

Về đây em và đong đưa nhịp võng
Gió ru em ngủ giấc đầu đời
Bàn tay Mẹ vỗ về từng cơn sóng
Bên kia bờ trăng vẫn sáng vô tư.

CĂN NHÀ

Khi ra đi
Cần chi cài then đóng cửa
Căn nhà tứ đại giai không

Khi đến đây
Thì cứ vào nương tựa
Đời này hay những đời sau
Hãy nhớ thắp lên chút lửa
Tặng cho mùa đông
Hay tặng những nhánh bông
Khi mùa xuân đang về trước ngõ

Khi ra đi hay khi trở lại
Thì căn nhà vẫn còn nguyên đấy
Chẳng hề mất mát hư hao
Vẫn ngọt ngào thềm đất phù sa
Ngọt ngào hương lúa xạ
Căn nhà vẫn đong đầy gấm vóc
Đong đầy nắng mưa

Hãy bước vào đi em
Thong dong tự tại
Ngồi xuống đây em
An nhiên vô ngại
Tụng một thời kinh hay lần chuỗi bồ đề
Thì cứ tùy duyên
Vào ra thong thả
Đến hay đi, căn nhà này vẫn thế
Cứ quay vòng xuân hạ thu đông
Sao gọi là sinh, sao gọi là tử
Khi tâm người rỗng lặng trống không.

LIÊN HOA MÙA NƯỚC NỔI

Liên hoa liên hoa mùa nước nổi
Đồng bằng sen súng nở trong mưa
Thuyền chở đầy trăng, trăng cố thổ
Ta về thắp nốt nhén nhang xưa

Đường mưa đường mưa hoa tâm nở
Gió trời lồng lộng tấm cà sa
Xốc áo qua sông lìa ba cõi
Vỗ sóng mà nghe lượng hải hà

Lốc cốc tử sinh rền vó ngựa
Ải nhạn mù sương, sương mênh mông
Gầm mây che gió ta nhen lửa
Thổi ngọn đông phong trắng núi rừng

Vạt đất chờ mưa, mưa quên lãng
Hạt thóc trăm năm chẳng nảy mầm
Lòng ta mây khói trôi vô hạn
Rót xuống hư không tiếng nguyệt cầm.

LÊNH ĐÊNH MỘT CHUYẾN

Này máu xương gân cốt bì lao
Này bọt nước chứa bao điều huyễn hoặc
Buổi hạ sanh ngơ ngác cuộc sinh tồn

Này bụi cát cùng lênh đênh một chuyến
Chén rượu nồng đêm sẽ rót mênh mông
Say cho hết một canh dài vô tận
Thuyền cứ trôi phó mặc những phiêu bồng

Mai hay mốt cũng một ngày đã hẹn
Da sẽ mồi và xương cốt lung lay
Ngày sẽ qua và sương sẽ điểm
Đời muôn niên mưa gió lướt hiên ngoài

Gom hết thiên thu về một buổi
Rót chén trà thơm lắng sự đời
Bốn phương bỗng chốc như men rượu
Lũ én vòng quanh tháng Chạp chơi.

BẾN THIÊN LƯƠNG

Những hàng cây bỗng dưng xanh mướt
Con sông nào về biển đêm qua
Mưa vẫn rót vào tầng không triền phược
Lòng ta ơi, mây khói trắng hiên nhà!

Này gió cát có nghe đời phiêu bạt
Buổi lâm hành bóng tối lạnh co ro
Khi ngó lại chập chùng ghềnh thác
Núi xanh rì ai gõ nhịp buồn xo

Thắp ngọn nến hỏi đêm dài mộng mị
Nghe biển lùa dào dạt cả mười phương
Ta vẫn đợi từng cơn hồng thủy
Sẽ đưa người về lại bến thiên lương

Đêm rung rẩy giữa mạch nguồn tịnh độ
Hai tay nâng mười niệm lên trời
Đất mở cửa và bình minh hiển lộ
Ngọc ma ni chiếu diệu ở tâm người.

MƯỜI NĂM KHÔNG THẤY NẮNG TRÊN ĐỒI

Khi em đi mùa thu hay mùa hạ
Ta nơi này trời đất cũng lưa thưa
Đi hay ở buồn như nhau em ạ!
Bởi con người cùng một nghĩa bơ vơ

Xin chớ hẹn, bởi hình dung sẽ khác
Ngày qua ngày đâu biết sẽ về đâu
Phù trần tiêu trưởng rơi lang bạt
Bào ảnh lênh đênh sóng bạc đầu

Mùa xuân rồi sẽ không về nữa
Son phấn theo người lũ lượt trôi
Mười năm như thể không hương lửa
Mười năm không thấy nắng trên đồi

Người đến và đi đều vội vã
Sáng nay rừng núi nhớ mùa thu
Đất trời ai dệt vầng u nhã
Nên gió vi vu suốt bốn mùa.

TRẦM HƯƠNG

Xương ai xếp bỏ bên đường
Ngổn ngang đất cát vui buồn gì đây
Khúc kinh cầu ở trong mây
Tử sinh nghìn lượt cuồng quay khôn lường
Đêm về thắp ngọn trầm hương
Thấy trong tâm thể cội nguồn trong veo.

MEKONG 1
100 x 100 cm
Oil painting

Tranh LÊ TRIỀU ĐIỂN

MỘNG TƯỞNG

Chia đều mộng tưởng đảo điên
Vai người gầy guộc sẽ nghiêng phương nào
Hỏi chi cát bụi chiêm bao
Con tim nhỏ gọt lao xao bụi bờ
Tới đây sống rất tình cờ
Sắc thanh phút chốc mờ mờ viễn ly.

MÙA DƯỢC THẢO

Núi xanh ngăn ngắt mùa dược thảo
Ta đứng bên đồi mưa Pháp Hoa
Cỏ cây bỗng chốc thay dung mạo
Hà sa hà sa lệ nhạt nhòa

Mở cánh cửa không hề! Vô ngã
Có gì thơm thảo tận hư không
Máu tim dấy động mùi rơm rạ
Tấm ngực trời thơm áo phượng hồng

Mưa xanh ngang núi mây từng lớp
Tấm lưới châu hề! Tấm lưới châu
Trùng trùng vạn pháp duyên tan hợp
Biến hiện trôi chìm giữa biển tâm

Ta hẹn em về mùa thảo dược
Bùn sen ngơ ngác tiếng mưa rào
Chớ hỏi vì sao con trăng khuyết
Tam giới rơi đều, bọt nước xao.

* Cảm xúc khi đọc "DƯỢC THẢO DỤ"
trong PHÁP HOA KINH.

BẠCH HẠC

Bạch hạc ẩn tàng làn sương mỏng
Dạo bước rừng sâu sư tử hống
Tịch mịch hề! Mây hay mộng
Gió rót thơ tràn suốt thiên niên

Người về xiêm áo cũng u huyền
Bát phong lất phất cơn mưa thiền
Đại thừa ai thuyết rền thiên cổ
Vạn pháp hề! Xanh chân đế

Bỗng dưng cây lá bừng hương sắc
Con mắt xốn xang lòng huyễn hoặc
Cớ chi thất lạc hồn với phách
Thánh phàm bất giác nhớ quàng xiêng

Bạch hạc bay về cơn mưa nghiêng
Rơi trắng thềm xưa sương hay khói
Bạch hạc chiều nay đôi cánh mỏi
Bỗng thấy hoang vu cả đất trời

Bạch hạc về đây hề! Cố xứ
Trăng ngàn mờ nhạt giữa rừng cây
Trần gian như thể từ vô thỉ
Bồng bềnh rồng rắn một màu mây.

CHUYẾN XE ĐỘC MÃ

Tới đây trú xứ nơi này
Tấm thân chùm gởi đã dài héo hon
Máu xương cạn đến mỏi mòn
Đêm đêm nghe gió thổi lòn hang sâu
Nguyệt tàn bóng ngả về đâu
Muôn năm sóng vỗ bên lầu cát xưa

Tới đây đếm đủ trăm mùa
Mốt mai nào biết ai đưa ai về
Đường dài mờ bụi sơn khê
Chuyến xe độc mã tên đề gì đây
Hay là trên những tán mây
Từng con chim nhạn đang bay về trời.

GÁNH CỎ XANH

Bên đường một gánh cỏ xanh
Trăm tà áo gió thổi quanh chân người
Mùa xuân may áo da trời
Ai mang sáo thổi trên đồi pháp hoa
Đàn ai tấu khúc thiền na
Lòng tôi đất cát phù sa ngút ngàn

Hương châu thổ dậy nồng nàn
Và hương cỏ dại chảy tràn trăm sông
Mênh mông hoa cỏ mênh mông
Lũ chim vỗ cánh phương đông bay vào
Chắp tay gởi vạn lời chào
Ai tô thế giới xanh màu tam thiên.

MÀU RÊU PHỦ

Điềm nhiên tô đậm màu rêu phủ
Một hớp trà thơm cả núi rừng
Thềm mây lác đác hề! Hoang lộ
Sắc giới chìm trong giọt lệ hồng

Lả tả rừng phong mùa thay lá
Con mắt vàng reo khúc lãng du
Đường chia trăm ngã đường hoang dã
Ta nhớ người xưa với gió thu

Cỏ vẫn xanh màu trúc biếc
Tre tàn là lệ những chồi măng
Mưa sẽ trút ngút ngàn sinh diệt
Hay tay che chưa dấu hết điêu tàn

Châm lửa đốt từng trang giấy mỏng
Lửa đánh vòng từng nỗi cô đơn
Từng đốm lửa lập lòe hư vọng
Trôi lênh đênh và mộng mị chập chờn.

XIN CHỚ HỎI MÙA XUÂN HAY MÙA HẠ

Xin chớ hỏi mùa xuân hay mùa hạ
Con sáo xưa hót giữa ngọn sao già
Người trở lại đi vòng quanh thị xã
Về thăm người, người miên viễn lìa xa

Xin chớ hỏi vì sao mưa tầm tã
Con sông dài biền biệt những hàng cây
Con sông chở cả ân tình trong dạ
Người trở về đứng vẫy cả hay tay

Xin chớ hỏi bình minh sao chưa tới
Người đợi người từ một giấc chiêm bao
Nguyệt vẫn khuyết hay đất trời hờn dỗi
Những vì sao ngan ngát máu đào

Mây vẫn bay về nơi vô xứ
Hỏi đêm dài ai đợi với ai trông
Mưa đã tạnh im lìm cơn sinh tử
Người trở về thắp nến đỏ hư không.

NÉM VÀO HƯ KHÔNG

Ném vào hư không dăm tiếng động
Tình yêu rền vách đá
Cánh chim thảng thốt vút lên trời
Người vẫn chờ và đêm cứ rơi

Những hạt bụi những hành tinh lưu lạc
Có em ngồi làm chỗ dựa nương
Lòng vẫn cứ reo hoài như thác
Đợi một giờ đổ xuống trùng dương

Em vẫn là em ngàn xanh thanh thản
Ngó cuộc đời theo ngọn khói tan
Khi hạt bụi buông mình rơi vô hạn
Hứng cả hai tay tiếng gió đàn

Thiên thu thiên thu hề! Trăng sáng
Mưa rót bên hiên vẫn nhịp nhàng
Vỗ cánh bay đi loài chim nhạn
Mưa về mưa trắng cả trần gian

Thả chiếc bè trôi vô lượng xứ
Niết bàn thơm lên bãi đất bồi
Chim sẽ hót và muôn hoa sinh trưởng
Những con người lưu lạc sẽ về chơi.

HƯƠNG BÔNG BƯỞI

Cứ nhồi máu, cứ điên đảo
Thuyền cứ trôi lạ bến xa bờ
Lớp lớp vòng quanh con mắt bão
Con người cứ thế, cứ lô nhô

Cứ nhỏ xuống lung linh từng giọt
Giọt mặn nồng và giọt chua cay
Chút ấm áp đã vù bay phiêu bạt
Sao ngồi đây tự trói tự lưu đày

Về đây em hẹn chiều lên thắp lửa
Bên hiên trời biển trắng mù sương
Khép cánh cửa và hẹn thêm dăm bữa
Mình lên đồi đón gió thanh lương

Gió sẽ thổi vô biên vô xứ
Đường chim bay in dấu phương nào
Thì cứ thả dập dìu hương bông bưởi
Trôi lan tràn thơm tận những đời sau.

CHỞ MỘT CHUYẾN ĐẦY

Thuyền ai chở một chuyến đầy
Chở gió chở nắng chở mây về trời
Chở tôi thuở biết khóc cười
Chở con nước bạc, chở đời vòng quanh
Chở dài ngày tháng thất thanh
Chở bao lá rụng nồng tanh núi rừng

Thuyền trôi qua những dặm đường
Dặm tôi mê hoặc, dặm cuồng si em
Dặm nào lửa đốt trắng đêm
Dặm phiền não rót máu tim nhạt nhòa
Trôi qua phong địa mù lòa
Chở người về bến ái hà sương bay

Mùa nào chở gió heo may
Chở nhan sắc, chở tàn phai má hồng
Chở trăm cảnh giới phiêu bồng
Chở con nhạn trắng về dòng sông xưa
Chở tâm về bến chơn thừa
Chở người về với cơn mưa đầu mùa.

SÓC TRĂNG
NGÀY TRỞ LẠI

Khi ta về trăng khua mùa tháng tám
Áo em vàng màu lúa chín Sóc Trăng
Xin chớ hỏi vì sao da rám nắng
Của mẹ già của cuống rún trăm năm

Khi trở lại lòng bỗng dưng quay quắt
Áo ai bay lồng lộng gió cầu Quay
Ta sẽ đợi một ngày mưa ăm ắp
Đứng giữa trời sướt mướt những chua cay

Khi trở lại, người xưa không còn nữa
Lòng ta ơi! Chia mấy nhánh tang điền
Thì cứ bước ngập ngừng con đường giữa
Tận cõi lòng sóng sẽ vỗ triền miên

Đây mái ngói, đây sân trường Hoàng Diệu
Của ngọc ngà áo trắng thuở thơm hương
Của trái tim một thời không thể hiểu
Cứ bập bùng tíu tít lửa yêu thương

Đợi một bữa ta về thăm An Trạch
Chốn đất lành mộng mạ cũng bình yên
Của bằng hữu nhiều năm không gặp mặt
Của nồng nàn những cốc rượu đầu tiên

Gió Vũng Thơm gió thổi tràn Kế Sách
Của bốn mùa mận chín đất cù lao
Cây trái giăng giăng măng soài cam quýt
Trái tim mình, ngọn gió bấc xôn xao

Nhu Gia, Nhu Gia trời quê ngoại
Những cánh diều xưa đã nhạt nhòa
Lừng lững con sông về Xẻo Muối
Áo Mẹ đường xa nắng trổ hoa

Sóc Trăng, Sóc Trăng ngày trở lại
Sầu vẫn chưa tan một góc trời
Mai đi khoác áo màu hoa cải
Nhổ sào lìa bến sương mênh mông.

NGHỆ SĨ HÀNH
Tặng họa sĩ HỒNG LĨNH

Thiên thu thiên thu nghệ sĩ hành
Đường lên dốc nắng đương reo
Chân mây con mắt xanh như ngọc
Tấc dạ huyền ca ngọn gió thiền

Trôi qua trôi qua sầu thăm thẳm
Cỏ úa vàng lên những bãi bờ
Sông xa còn chở bao nhiêu mộng
Những đường tơ tóc những đường thơ

Khói mây bỗng chốc thành mưa lũ
Sắc giới nhen lên những vạt màu
Những con sông cũ từ thiên cổ
Sẽ chảy lan tràn những kiếp sau

Người qua người qua từng vết cháy
Cây của rừng xanh của lụa là
Lớp lớp trôi đi chừng vô ngại
Nghệ sĩ pha màu mặt đất ca.

LÊN ĐỒI
XEM MƯA BAY

Chầm chậm từng hạt mưa
Rơi trên ngàn trang giấy
Những thân người lau sậy
Qua đời không ai hay

Lên đồi xem mưa bay
Đời xưa mờ cây cỏ
Về đâu từng cơn gió
Giữa trời đất mênh mông

Bỗng dưng lòng dậy sóng
Ngựa hí rền chân mây
Những con thuyền oan trái
Trôi qua bến lưu đày

Ngồi đây xem mưa bay
Trăng tàn rơi trên núi
Hàng hàng người lầm lủi
Gánh sầu trên hai vai.

NGỢI CA PHẬT ĐẠO

Gõ tiếng chuông rền vang khắp biển
Cả đất trời bỗng hiện toàn thân
Reo với gió từng dòng kinh nguyện
Phím đàn nào thánh thót ngàn năm

Trên đỉnh núi của loài chim thứu
Bồ tát ơi, nhật nguyệt vẫn tinh ròng!
Của giây phút sắc vàng thành tựu
Đêm tâm linh và sỏi đá đơm bông

Có nụ cười an nhiên như thế
Cánh sen hồng hay đóa sao Khuê
Và cánh cửa bình minh thiên tuế
Bỗng tuôn tràn ánh sáng đại từ bi

Ngồi xuống đây dưới tàn cây Phật đạo
Chim muôn về và rừng núi hân hoan
Này diện mục nguồn tâm tam bảo
Sắc tướng hề! Lộng lẫy một vầng trăng.

SỪNG SỮNG
MỘT DUNG NHAN

Ngày sẽ hết và đêm trôi lửng lửng
Viễn khách hề! Viễn khách ở chân mây
Dăm cánh nhạn bay ngang vầng tráng rộng
Bàn tay nào đợi mãi những bàn tay

Khi người đến và đêm chừng sâu lắm
Dãy Ngân hà sáng láng một vầng trăng
Ta như núi, lòng mênh mang ngàn dặm
Trách chi người con gái thuở vô tâm

Người đã đến và đi hề! Như huyễn
Mộng tôi còn lẽo đẽo một vài trang
Con tim héo bỗng dưng biến hiện
Giữa cổng trường áo trắng gió thênh thang

Đêm sẽ hết và ngày thôi không còn nữa
Ta ngồi đây thắp nến đỏ hai hàng
Khi ánh lửa bồng bềnh con sóng bủa
Sừng sững hề! Sừng sững một dung nhan.

CHỜ NĂM MỚI

Hỡi những người con của bụi mù
Hãy về mở cửa đón mưa xuân
Hãy nghe gió rót về thiên cổ
Và tiếng rừng khua biển chập chùng

Tử sinh hay tiếng gõ nhịp nhàng
Người về thắp nốt nén nhang thơm
Mai kia sông suối chìm tan hết
Ven trời còn thở một làn hương

Thì cũng ngồi đây chờ năm mới
Châm trà nhấp nốt chén ly hương
Mang mang oanh én bay đầu núi
Tấc lòng cố xứ bỗng mù sương

*Thì cũng ngồi đây từ năm trước
Thấy chút mây bay chút bụi mờ
Những mùa xuân cũ như sông nước
Thả một dòng trôi đến lững lờ*

*Thì đã ngồi đây ngàn năm trước
Đất trời linh diệu một màu mây
Trái tim cô tịch chừng ngây ngất
Ta ghé môi hôn luống đất dầy*

*Hay đã ngồi đây từ vô thỉ
Đong đầy chưa cạn một mùa xuân
Tuổi tên sông núi từ muôn thuở
Là ý thơ bay nét nhạc thần.*

QUÁ GIANG

Những trái bơ không còn xanh nữa
Cây thông già bỗng trút lá, chung thân
Con mắt thiên văn con mắt lửa
Đốt người hóa thạch tự ngàn năm

Những chùm nho chín đầy tay áo
Người mang đi không hẹn lúc quay về
Biển đã chết và im lìm giông bão
Ta ngồi đây mơ mãi cuộc chia ly

Thì cứ vẽ từng đường hương sắc
Của bốn mùa lũ lượt sang trang
Của ánh mắt hoang vu mù bạc
Xin quá giang một chuyến phai tàn

Ta đã thấy những mùa lúa chín
Chẳng một ai gồng gánh mang về
Bầy cá chết trên dòng sông rộng
Và mỗi ngày chết một bình minh.

CÂY CẢI RA BÔNG

Viễn ly từng ngón xuân thì
Tứ chi nghe đã tận kỳ tiêu vong
Thuyền về chở gió phương Đông
Núi xanh lưng núi mưa đong bụi vàng
Đánh vòng con mắt lá răm
Bao nhiêu nhan sắc trôi ngầm về đâu

Chừng như dường đã rất lâu
Hòa âm con nước chậm mau một dòng
Ngày rằm cây cải ra bông
Vẽ người chân tướng một vòng đơn sơ
Sát na nháy mắt tình cờ
Quẫy đuôi, con cá qua bờ bên kia.

DỖ DÀNH NHỚ THƯƠNG

Mưa tràn lệ ứa Sóc Trăng
Bóng tôi mờ nhạt giữa hàng me xanh
Lũ chim xưa đã xa cành
Đêm đêm gan ruột dỗ dành nhớ thương
Chuối nào là chuối ba hương
Mẹ tôi một bến mù sương quê nhà

Gối đầu chín ngọn phù sa
Cây mai tứ quý vàng pha bốn mùa
Mùa nào nhãn chín hiên chùa
Mùi thơm dậy cả trăm bờ Cửu Long
Bể dâu đất cát chất chồng
Tấm lòng cố xứ trôi bồng bềnh trôi.

ĐỒNG BẰNG

Hỏi thăm lục tỉnh xa gần
Lên xe về với đồng bằng mùa xuân
Qua phà đợi một vầng trăng
Xem con nước chảy về căn cội nào
Bát cơm cố thổ ngọt ngào
Lòng tôi từng hạt mưa rào trắng bay

Đường nào về tới chân mây
Thấy người cắt lúa chất đầy tháng Giêng
Những con mắt biếc láng giềng
Thuở trai mới lớn tình duyên thiệt thà
Lòng người hay điểm tinh ba
Còn chan chứa nỗi thiết tha ban đầu.

VỖ CÁNH THIÊN THU

Ly thất đại bước lên thềm tri giác
Áo hoàng hoa lất phất bên sông
Bầy hạc cũ bay về phương khác
Bờ dâu xưa nghi ngút khói tang điền

Biển sẽ cạn và ngày sẽ hết
Gió vi vu từng mắt lưới ngu ngơ
Về đi em, chiếc thuyền khua lau lách
Những bờ trăng bát ngát ở hiên trời

Lá vẫn rơi vèo không thương tiếc
Người về đâu, sương trắng lưng đồi
Bàn tay lạnh, sá chi lời ly biệt
Những rừng cây bỗng khép mắt qua đời

Về đi em, chuông khua chiều tống táng
Những bờ lau mưa dậy gió liêu xiêu
Tro đã lạnh, bốn phương cùng quá vãng
Con đại bàng chợt vỗ cánh thiên thu.

HÔM NGƯỜI ĐI
Về Nhứt, TRẦN KIÊU BẠT

Hôm người đi mưa một ngày thảng thốt
Bên kia đồi chim chóc thôi bay
Con sáo nhỏ im lìm ủ dột
Dòng sông nào con nước bỗng chia hai

Người ra đi sao người không về nữa
Mảnh trăng rằm tròn khuyết đã nhiêu khê
Mẹ vẫn đợi bên hiên nhà từng bữa
Thằng con trai biền biệt chẳng quay về

Gió vẫn thổi nghiêng niềm thương nhớ
Khung trời này màu ngói đỏ âm dương
Cây bần lão đứng bên bờ đất lở
Mai lìa đời còn nhớ kẻ ly hương

Mưa sẽ rơi trăm ngày tầm tã
Chín con rồng quẩy khúc Cửu Long giang
Sẽ giáp mặt cùng mênh mông đại hải
Tiếng kinh vang hay khúc Phượng cầu hoàng.

NGHIÊN MỰC ĐỎ

Nghiên mực đỏ pha hồng môi tháng Chạp
Gió dậy thì ai thổi rám buồng cau
Lòng ta chở nguyên dòng sông bạc
Trăng mười lăm con bướm mộng khay trầu

Màu lụa trắng màu da cùng thanh bạch
Màu thời gian ngọn nến cháy lung linh
Trời đất đó trong xanh màu cẩm thạch
Tháng mười hai trai gái gạ tình

Thơ tháng Chạp hay thơ tháng Giêng
Mà đất bụi pha màu óng ánh
Và hạt lệ đầu tiên lăn rất chậm
Giữa nhánh mai sừng sững tối ba mươi

Đêm tháng Chạp lòng ta hương nếp mới
Đời bình yên hạnh phúc cũng hồn nhiên
Theo lũ én xếp hàng trên mái ngói
Ngó mùa xuân lũ lượt bước ra Giêng.

KHAI KINH

*Người về thắp nến khai kinh
Đơn thân ngồi giữa vạn linh đất trời
Thuyền trôi qua bến sông bồi
Mùa trăng phổ độ đương thời Pháp Hoa
Nhuộm vàng trăm áo cà sa
Thiên niên chung một sát na tinh ròng*

*Trang kinh chữ nghĩa im lìm
Càn khôn mật ngữ ẩn chìm huyền vi
Biển tràn động sóng từ huy
Thinh âm bát nhã uy nghi khôn lường
Chí tâm, chí nguyện tỏ tường
Phổ môn nhứt phẩm khơi nguồn bi tâm.*

LÊN CHÙA

Tinh sương bỏ bước lên chùa
Thấy con sông chảy giữa mùa xuân xanh
Chừng như hương bưởi hương chanh
Và hương thượng Phật trong manh áo vàng
Cỏ nằm đợi nắng sương tan
Tôi còn đợi tiếng chuông vang lên trời.

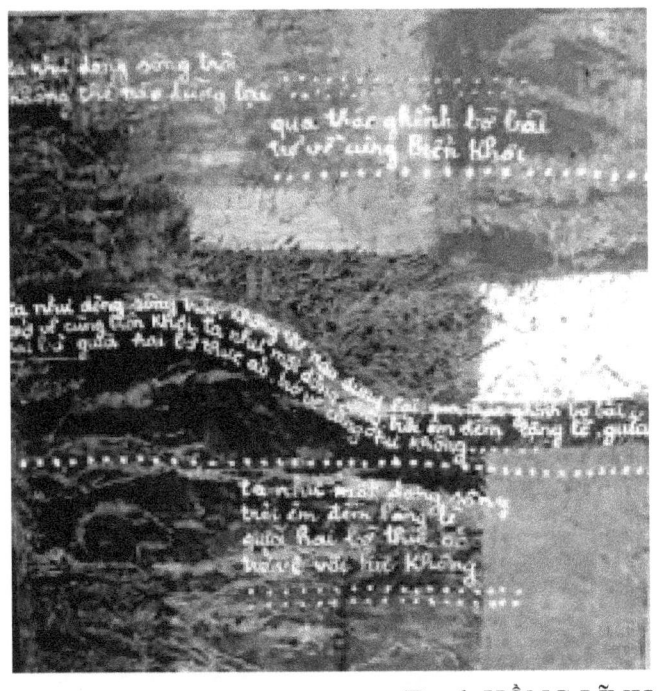

Tranh HỒNG LĨNH

VÔ PHƯƠNG HƯỚNG

Này là đạo và này thơ
Theo con nước chảy chẳng lên bờ
Gió lồng lộng gió vô phương hướng
Râu tóc dài theo chiếc bóng xưa

Đứng giữa đồi xanh ngó bốn bề
Mây vẫn mù lên, mây u mê
Dưới chân mưa trắng cơn hồng thủy
Đất trời thoáng chốc đã lênh đênh

Chiều đã rơi và mưa cũng rơi
Chao ôi tiếng ngựa đã im rồi
Người đi có gặp mùa thu trước
Những kẻ ra đi chẳng trở về

Đường đã mù sương, đường cứ xa
Tới đây trụ xứ ở nơi này.
Ngàn trang khép lại vô biên mộng
Thất đại xanh tràn đất thảo nguyên.

LÚA THƠM

Tha rơm về lót chỗ ngồi
Đất trời phảng phất một mùi lúa thơm
Mai này trong mỗi bát cơm
Còn nghe tí tách từng cơn mưa rào
Đòng đòng từng giọt ngọt ngào
Từng cây lúa đứng xanh màu thượng thiên

Lót rơm ngồi giữa bình nguyên
Vuông tròn một cõi bình yên lạ lùng
Gió lay hay tiếng tơ chùng
Lưng trời ngan ngát mây đùng chân mây
Linh minh tịch chiếu tâm khai
Hồn nhiên phiêu hốt bản lai hiện tiền.

MƯA TRÊN TÓC

Mưa trên tóc và lạnh mềm gan ruột
Những con đường hiu hắt lá thu bay
Ơi! Mùa thu vạn ngàn năm trước
Lá còn rơi vàng cháy cả rừng thu

Ta ngồi đây giữa vô vàn huyễn hoặc
Nụ cười nào tắt ngấm trên môi
Khi mặt đất đã xa thời trăng mật
Người với người lầm lủi mồ côi

Máu đã cạn và hoàng hôn thiêm thiếp
Những con sông con suối qua đời
Con chim hót một lời vĩnh biệt
Cả cõi đời bỗng chốc mù khơi

Đêm nguyệt tận trên căn phần cô độc
Núi rừng này sương lấp mưa giăng
Khi giun dế chẳng còn than khóc
Lẻ loi rơi từng tiếng dương cầm.

NỤ CƯỜI LẠT MA

Đêm về nghe tiếng gió reo
Nghe mưa Tây Tạng bay vèo qua đây
Phiêu linh theo những hao gầy
Ngày đi mang cả đêm dài lưu vong
Lòng người hay ngọn cổ phong
Còn vi vu mãi mùa đông quê nhà

Đêm nghe tiếng gõ sơn hà
Núi ngàn Hy Mã đã nhòa tuyết sương
Bến nào là bến thiên lương
Đất nào đất của trùng dương tô bồi
Tới đây gieo hạt giống trời
Ngàn sau ai nhớ nụ cười Lạt Ma.

THẢ LÁ

Thả chiếc lá cho bay về phía biển
Những bờ lau ngai ngái đất phù sa
Khi ngó lại đất trời kia như huyễn
Mộng ban sơ con nhện võng hiên nhà

Thả chiếc lá cho bay vèo thiên cổ
Bình minh xanh trong mỗi trái tim người
Lòng hỏi dạ cớ chi sầu với khổ
Trường giang hề! Con nước chảy mù khơi

Thả hạt bụi cho chìm tan phiêu bạt
Những cánh đồng và cỏ dại mênh mông
Người có hẹn về mùa xuân mê hoặc
Cõi lòng ta mưa gió vẫn phiêu bồng

Thả cho hết cuộc trầm luân sinh diệt
Khi quay về thân xác đẫm mù sương
Bàn tay vẫy về ngàn phương ly biệt
Bóng thiên thu ai gõ nhịp vô thường.

TRONG MẮT LƯỚI

Ta vẫn là ta trong mắt lưới
Sóng vỗ chưa nguôi một góc trời
Trùng dương đầu bạc phơi lăn lóc
Thắp ngọn đèn đêm cháy lẻ loi

Lòng ta ai rót cơn mưa bụi
Đẫm mặt trường giang đẫm mặt người
Trông lên trăng khuất mờ hơi núi
Bóng nhạn chìm theo hạt muối xưa

Hạt cải ngủ quên đường muôn dặm
Vạt áo mẹ già hạt lệ sa
Tiếng đại từ bi thời tấm mẳn
Pha với ngàn thu tiếng thở dài

Đồi núi vòng quanh rừng trắc trở
Ngàn cây rỗng ruột tự bao giờ
Vi vu gió hú chừng man rợ
Hình hài xương cốt ngó chơ vơ.

QUA ĐI MÙA GIÓ CHƯỚNG

Qua đi, qua đi mùa gió chướng
Tấc lòng lau sậy sẽ thanh quang
Sẽ ngất ngưởng những dòng thơ muộn
Trên da xương tim máu sẽ bàng hoàng

Tan đi, tan đi mây ngũ uẩn
Có nghĩa gì không những phong trần
Những nhát gươm treo đời lữ khách
Nhạn về vỗ cánh với mưa xuân

Thơ sẽ rót và đất trời pha sắc
Những hàng cây và lá đang rơi
Đường xa lắc hưu nai ngơ ngác
Rừng xanh reo và mầm mộng đâm chồi

Trôi đi, trôi đi con thuyền nhỏ
Những bờ xưa và cỏ dại mênh mông
Quăng mẻ lưới dưới mặt trời quá ngọ
Buông hai tay xem vạn pháp phiêu bồng.

TRÔI VỀ NGÀN PHƯƠNG

Gieo đi em hạt bồ đề
Rồi đem mộng thả trôi về ngàn phương
Đã ngàn năm đã ly hương
Đã phiêu dạt những trùng dương sương mù
Đất trời vĩnh biệt mùa thu
Còn nghe lá rụng theo tờ lịch rơi

Thả tôi trôi với mây trời
Trôi về tiền kiếp tăm hơi bồng bềnh
Hay từ vô thỉ lênh đênh
Phong rêu lớp lớp trên đền thiêng xưa
Con trăng vàng úa đong đưa
Thấy tôi trôi dưới cơn mưa đầm đìa.

TƯ BỀ GIÓ REO

Ngồi đây, ngồi giữa mênh mông
Tay ôm ngang biển tay vòng thái dương
Dập dìu tinh tú muôn phương
Những con sông chảy sắc hương lan tràn
Bàn tay hay những phím đàn
Hốt nhiên tấu khúc mang mang đất trời

Ngồi đây em, giữa muôn đời
Tấm thân hạt máu đổi dời trắng đen
Nhìn nhau đi lạ hay quen
Rồi theo cát bụi một phen quay về
Theo từng cung bậc đam mê
Đem ta treo giữa tư bề gió reo.

TỤNG MỘT THỜI KINH

Vì người tụng một thời kinh
Tôi đi rước nắng về in hiên trời
Chiều trông chiều vẫn thảnh thơi
Tôi đi hái thuốc về in hiên nhà
Tâm ai bủa khắp sơn hà
Tôi đi gieo hạt di đà mười phương

Vì người thắp ngọn thiên lương
Đông phong vi vút tận nguồn đại bi
Khi người thắp ngọn tà huy
Tôi đi gọi gió xuân thì về reo
Thuyền xa im cả tiếng chèo
Mưa đâu từng giọt rơi theo tấm lòng.

NGỤM TRÀ NÓNG

Ngụm trà nóng reo tràn cơn mưa hạ
Đốm lửa hồng nhớ buổi tinh sương
Của trăm năm chập chờn hạnh phúc
Thì xương da khép lại một giờ

Mở trang giấy đánh vòng thiên địa
Những hàng cây, những sợi lông mi
Của trống mái chập chờn sinh diệt
Của già nua chôn lấp dậy thì

Nốc cho cạn ly đời cô độc
Sầu sẽ reo trên ngọn thông già
Sẽ rũ bụi quên thời ngang dọc
Con ngựa già xếp vó đứng co ro

Đường xa quá gót mòn chân mỏi
Ôi mênh mông đâu chốn quê nhà!?
Thì cứ thả lạc loài trôi trăm ngả
Tận góc trời mưa lệ đương sa

Nắng sẽ rơi và không bay nữa
Sẽ hóa thân theo lẽ nhiệm mầu
Những chiếc lá hồn nhiên tan rã
Sẽ hồi sinh và thở xôn xao.

MƯA VỀ VỚI ĐẤT

Ta sẽ gọi mưa về với đất
Gọi người lên thắp đóa trầm hương
Mây sẽ hồng và rừng xanh ngây ngất
Giữa đường môi lặng lẽ mối tình câm

Sẽ thức giấc nốt dương cầm mưa hạ
Sẽ buông tay nghe lệ đổ nhạt nhòa
Và tiếng nấc âm rền mạch đá
Biển chạnh lòng và gió lạnh can qua

Những con mắt cuồng rung chữ nghĩa
Người muôn năm trú ẩn phương nào
Cuối mặt thấy máu đào trôi cần địa
Yên cương xưa hồn thu thảo nơi đâu

Chào nguyên đán lòng người chừng vô xứ
Những tình thâm đầy chén rượu cay
Viễn khách sầu chi đêm trừ tịch
Đốt bó nhang đánh chén với đêm dài.

HIA THẾ

Hia Thế,
Anh em mình như cặp song sinh
Em là bóng, Hia là hình
Chừng như chung máu thịt
Chung buồn vui giận hờn thương ghét
Ôi! Một thời quấn quít
Những sáng cà phê
Những chiều say ngất đi về
Khi nhấm hết dăm chai rượu đế

Hia Thế,
Trong căn quán nhỏ nắng nung
Em hiểu được lòng bao dung
Lòng yêu thương gia tộc
Những ân tình đùm bọc
Ôi! Ngọn thái sơn hiền
Che mát mái hiên đời thuở bút nghiên

Mười năm ta trở lại nơi này
Bên mộ người hàng mực đỏ chưa phai
Tử sinh hề! Tràn trề bao nhiêu lệ
Nhân gian hề! Ôi mây bay.

NỬA KỀ GƯƠM ĐAO

Cưa ngang chai rượu rồi về
Nửa say nửa tỉnh nửa kề gươm đao
Phủi tay vấy hạt máu đào
Rơi trên da thịt phơi màu nhá nhem
Đường loang loáng ánh trăng đêm
Tắt hơi trôi giữa tư bề nước lên

Những bờ bãi những đền thiêng
Một vùng lau sậy thổi nghiêng góc trời
Đầu đà búng rượu cuối mùa
Tay quàng bạt gió, gió lùa thênh thang
Thương mùa mưa lộng trường giang
Đem tơ tóc thả chìm tan giữa dòng.

"TÙNG ĐỊA DŨNG XUẤT"

Tùng địa tùng tâm tùng vạn pháp
Bốn mùa tám tiết đóa hoa thiền
Chơn vọng điềm nhiên con mắt biếc
Trăng đã tròn chưa trăng thảo nguyên

Tùng tâm địa khởi dòng sông lớn
Sáo diều vỗ cánh với mênh mông
Vuốt mặt xanh lên bờ bỉ ngạn
Hạt thóc đong đưa giọt lệ hồng

Tiếng trống cổ lai tùng địa xuất
Hằng sa bồ tát hiện toàn thân
Tặng người tấm áo thiên chân Phật
Thức dậy mà xem đất trổ bông

Bồ tát qua sông về với biển
Lau sậy trôi theo đám mây hồng
Cảnh tâm, tâm cảnh hề! Chu biến
Bạt ngàn gió lộng khúc bi tâm.

• "TÙNG ĐỊA DŨNG XUẤT",
  tên một phẩm trong KINH PHÁP HOA.

VỠ ĐẤT RA XEM

Tịch tịch càn khôn như lai địa
Xuân hạ chia đều hạt bụi nghiêng
Đường trăng từng giọt vô biên nghĩa
Gió trời lồng lộng cánh rừng thiêng

Vỡ đất ra xem hề! Vạn tướng
Hạt thóc đương mùa hạt thóc trôi
Sông cát bồi lên vô biên thánh
Chữ nghĩa bồi lên ngọn lửa trời

Lau sậy trầm tư vầng nguyệt bạch
Thấy gì ta thấy những chia ly
Phong sương chất ngất bờ lau lách
Sóng bủa người đi chẳng trở về

Phố nhỏ ta về theo gió bấc
Những màu vạn thọ, lệ cầm tay
Tháng Giêng lất phất người xa lắc
Thềm cũ mình ta bóng đổ dài.

TIẾNG CA
BỎ PHỐ LÊN NGÀN

Tiếng ca bỏ phố lên ngàn
Bỏ con sông rộng chảy tràn bờ xưa
Bỏ đời mặn lạt muối dưa
Bỏ ai đứng đợi cơn mưa trên đồng
Viềng môi đỏ sợi chỉ hồng
Mang câu vọng cổ theo chồng về đâu

Lỡ mai sương gió dãi dầu
Vườn tôi lục bát cau trầu còn xanh
Ra sông tôi đứng dỗ dành
Sóng đưa tiếng sóng vỗ quanh chân người
Tặng em này miếng trầu tươi
Song lang ai nhịp giữa trời gió reo.

SEN ĐỒNG THÁP

*Sông suối hòa tan, thơ bốc khói
Người đi mưa gió đường ngang trời
Phù sa nghi ngút đời lau sậy
Đợi một bình minh, con mắt cay*

*Những bờ môi đọng màu son nhạt
Những đời tháng Chạp những đời hoa
Những mùa mưa nở sen Đồng Tháp
Lừng lững trôi qua những chuyến phà*

*Hứng bát trăng tan màu hoa cải
Gát chèo nghe gió rót hiên mây
Từng mảng trời xanh thời thơ dại
Khép mắt mà xem trăng mãn khai*

*Khi bước lên bờ mưa trắng sông
Trời ơi, ta nhớ quá, muôn trùng!
Những vì sao lạ đời hoang dã
Sẽ cháy tan tành giữa chốn không.*

KHI CHẠM NÚI

Khi chạm núi mây chia đời với núi
Những màu xanh son đỏ bên người
Khi cuối hạ hay thu vàng lầm lủi
Bên hiên nhà ai biết lá đang rơi

Khi chạm cốc đá vàng chia mấy ngả
Những rong chìm bùn cát lao xao
Đường phượng đỏ tàn chưa mùa hạ
Máu tim người lẩn quẩn buồn đau

Ngắt chiếc lá hỏi nguồn cơn sinh tử
Phấn son tàn nhật nguyệt già nua
Hốt nắm đất chập chùng tên tuổi
Sương còn rơi tâm thức mù lòa

Những con sâu phơi mình trên lá
Những đường gân đường máu u sầu
Khi nắng dội mưa lùa tơi tả
Những cuộc đời vội vã qua mau.

TẠC TƯỢNG (1)

Ai tạc tượng vẽ mưa tầm tã
Nắng hồn nhiên, son đỏ dậy thì
Con sông dài bát ngát sương bay
Reo với cỏ, những bờ xanh xao xuyến

Ngồi xuống đây nghe từng cơn gió biển
Xôn xao hoài rào rạt cả chân mây
Tóc sẽ bay và lòng sẽ mê say
Trời đất cứ xanh tràn mắt biếc

Tặng em đó những cỏ hoa bồ tát
Trang kinh nào ăm ắp cả hư không
Chuông khua vang, rưng rức bụi hồng
Ai sinh diệt và ai còn phiêu bạt

Cứ tha thiết, bàng hoàng hay ngơ ngác
Hoa cứ tàn và nở miên man
Lệ cứ tràn và chảy lang thang
Cơn mê hoặc cứ nồng nàn hạnh phúc.

TẠC TƯỢNG (2)

*Khắc vạn nét cuồng si vinh nhục
Đêm thì dài chưa hẹn với bình minh
Những con đường lặng lẽ tâm linh
Soi lấy bóng giữa vầng trăng thiên tánh*

*Vó ngựa gõ trên lưng đồi khổ hạnh
Tóc sương bay gió lộng bốn phương trời
Hạt cơm mềm nuôi lấy cả mùa thơ
Thân lau sậy còn chờ mùa gió chướng*

*Thần linh nào vẫn điềm nhiên tạc tượng
Mặt đất xanh, hạt cải trổ hoa vàng
Và ai ngồi thương lấy cả nhơn gian
Bờ nhật nguyệt chia chung niềm lưu luyến*

*Cuộc sinh tử vẫn đương mùa khai diễn
Con trăng vàng nhân chứng của tang thương
Tiếng sương rơi hay tiếng vô thường
Chân ngựa gõ vẫn rền vang đồi cỏ.*

THƠM NGÁT
MÁI TRĂNG RẰM

Duỗi cánh tay ôm choàng ba cõi
Rừng ta la song thọ với chiên đàn
Nghe núi đàn và biển tấu mang mang
Đêm châu thổ thơm tràn hương lúa xạ

Về đây em nghe rừng thu thay lá
Gió sẽ hôn lên màu tóc tháng năm
Mẹ sẽ đốt nhang thơm ngát mái trăng rằm
Mình quỳ xuống tạ ơn từng hạt muối

Đêm sẽ hát vào mênh mông sương khói
Diệu âm hề! Vũ khúc Thủ Lăng Nghiêm
Vô núi, trừng tâm ba năm thiền
Vỡ lẽ càn khôn say ngây ngất

Phù trần tàng ẩn thiên chân Phật
Pháp tướng xanh lên nghĩa thượng thừa
Xuân hạ chở đầy bao hương sắc
Mình ngồi thả mộng xuống sông mưa.

THẢ HƯƠNG LÊN TRỜI

Trông ra đất địa ta bà
Nguồn tâm biến hiện mưa và núi sông
Xuân xanh ăm ắp nắng hồng
Vô biên là thể dung thông thánh phàm
Thủy phong miên viễn trôi tràn
Càn khôn gõ một tiếng đàn thiên thu

Ngõ nào về với thái hư
Nghe hơi gió lộng vọng từ tha phương
Phát tâm trăm lạy cúng dường
Cỏ cây bất chợt thả hương lên trời
Quay đầu vỗ sóng mà chơi
Thơ ai đang rót về nơi muôn trùng.

THƠ
TRÊN ĐỒI MƯA

Làm thơ trên đồi mưa
Đàn ngựa hí vang trời
Mai vàng chưa nở hết
Đợi Tết người về chơi

Thơ rơi bàn tay nhỏ
Em đầu ngõ mùa xuân
Lòng ta hề! Lộng gió
Nên thơ đề thậm thâm

*Thơ xanh tràn trên lá
Hàng hàng bướm bay qua
Đất trời kia vô ngã
Nên tâm lượng hải hà*

*Thơ reo từng hạt lúa
Chập chùng biển quê hương
Em ơi, màu mây lụa!
Là tim máu cội nguồn*

*Em bốn mùa hương sắc
Trên đồi núi hoa vàng
Thơm lên từng chân tóc
Nên thơ rót ngút ngàn.*

QUA SÔNG

Cơn mưa rào trắng xóa
Ngàn phương gió đổ về
Đất ngàn năm chưa tỏ
Những đời núi đam mê

Vỗ tay cùng biển hát
Bát nhã hề! Mây bay
Sen hồng, hương ngào ngạt
Trôi đầy trên hai vai

*Qua sông hề! mưa bụi
Bay trắng những đêm rằm
Ta một đời như núi
Nợ mãi những mùa trăng*

*Qua sông hề! Bồ tát
Lũ bướm vàng tung tăng
Mênh mông hề! Phật pháp
Biển vẫn rền diệu âm*

*Qua sông còn thảng thốt
Hư ảo còn lao xao
Cơn mưa nào sau chót
Vừa rơi xuống ngọt ngào.*

HÁI THUỐC TRÊN ĐỒI

Người đi hái thuốc trên đồi
Thấy trong đất đá đâm chồi mùa xuân
Mây giăng trắng đỉnh non thần
Tiếng kinh vang dội mấy tầng núi xanh
Đêm về ngủ dưới mái tranh
Bên pho tượng đá tâm linh ngút ngàn

Thuyền trôi vô tận Niết bàn
Dăm con cá lội dưới làn nước trong
Lên bờ mở cánh cửa không
Chợt nghe từng trận kình phong quay cuồng
Thôi đành ngậm mối bi thương
Mang pho tượng Phật lên đường viễn ly.

Tranh LÊ TRIỀU ĐIỀN

PHIÊU BỒNG THÁNG GIÊNG

Một đồng lúa một dòng sông
Thơ tôi tháng Chạp phiêu bồng tháng Giêng
Ai ngồi kẻ một hàng nghiêng
Phố thơ thành nhạc bên hiên gió lùa
Mùa xuân hay tiếng chuông chùa
Đã vang từ thuở giao mùa tịch liêu

Lên đồi đón Tết Nguyên tiêu
Thấy muôn năm vẫn mỹ miều sắc hương
Thân tâm xanh một con đường
Và tôi bái khắp mười phương Phật trời
Từng đàn én liệng thảnh thơi
Lung linh hoa nở tôi ngồi khai kinh.

GIỮA ĐỀN THIÊNG XƯA

Đất đai bất chợt tỏ bày
Trùng trùng trống mõ vang ngoài biển xa
Thiên hà khai thị pháp hoa
Trang kinh hay tấm cà sa bồng bềnh
Núi sừng sững, đá chênh vênh
Lửa còn cháy rực giữa đền thiêng xưa.

TREO DƯỚI MỖI SỢI TÓC

Treo dưới mỗi sợi tóc một hành tinh
đong đưa nhịp võng
người bước qua dốc địa cầu
mang trăm sắc cầu vồng trong con mắt mùa hạ
và trên mỗi nấc thang long đinh
lũ ấu trùng vẫn không ngừng rên than

Mỗi hạt mưa vẫn chứa đầy mầu nhiệm
trang sách chứa đầy thóc lúa
những bữa ăn
cơm gạo nổ rền trăm cỗ máy

Em cứ bước lên chuyến tàu nào đó
chạy vòng quanh núi đồi
lắng nghe tiếng rạn vỡ hầm sâu nham thạch
màu lửa đỏ
chờ đợi lúc tuôn trào

Vẫn có tiếng thở dài trong mỗi căn nhà
tiếng nô đùa trẻ thơ
và mỗi tinh sương trên luống đất vàng rơm rạ
những bụi cải trổ bông
thơ vẫn nảy mầm.

Ở MỘT BẾN SÔNG

Bắt tay tôi tiếng thở dài
Qua đêm gió lộng hỏi ngày về đâu
Ra đi tự một thuở nào
Điểm người từng giọt máu đào lưu vong
Mưa nguồn dồn đổ đầu sông
Mở ra cánh cửa mênh mông đất trời

Nghe lòng đất thở bồi hồi
Tiếng kinh ai gõ tận bờ bãi hoang
Dấu chân lưu lạc phượng hoàng
In tràn bùn đất in ngang núi rừng
Mai này ở một bến sông
Có tôi đứng đợi người không quay về.

BỤI VẪN BAY

Bụi vẫn bay và đất vẫn chìm
Mây ngàn vẫn dệt chuyện muôn niên
Người đi, người đi không trở lại
Ta thấy mùa thu tóc trắng phơ

Nhìn xem phố cũ ai còn mất
Mưa buốt hiên mưa bóng ngựa về
Bàn tay thứ nhất bàn tay mật
Của một bình minh nắng lạ thường

Lúa chín từng ôm màu trăng tỏ
Ai biết mai sau đất đổi màu
Oan khiên một thuở về đây đó
Sẽ biết vì sao lệ cứ trào

Đường xưa, đường xưa mùa phượng vĩ
Lũ sáo không về thăm cố hương
Đời rót mù sương lòng thiếu nữ
Ngầm ngầm trôi lượn cả mười phương.

NGÀN DẶM TRỜI XANH
Gởi theo anh LỢI CHÍ VŨ

Lần lượt bạn thân cứ lìa đời
Không phải mùa thu sao lá rơi
Ly khách chẳng cần bàn tay vẫy
Cớ gì sóng vỗ tận ngàn khơi

Thì ra tất cả đều ly biệt
Tất cả đều như tiếng thở dài
Máu tim một bữa rồi khô kiệt
Bàn tay hờ hững chẳng buồn lay

*Lòng bỗng nghiêng chìm, bỗng thổn thức
Bạn nằm khép mắt nhớ gì không
Quay đi bỏ lại ngàn oan khuất
Gió sẽ tràn lên sẽ phiêu bồng*

*Thì cứ rồ ga, cứ phi mã
Bên kia rừng núi hề! Hư không
Quê nhà yên ả hề! Vô ngã
Ngàn dặm trời xanh mây mênh mông*

*Thì cứ hồn nhiên mà đánh giấc
Đất trời phút chốc sẽ mù sương
Mười phương lau sậy hề! Vô sắc
Tâm huyết chia chung một cội nguồn.*

MUỐI SẼ TAN

Muối sẽ tan và tóc sẽ bạc
Này em nhan sắc sẽ điêu tàn
Chớp mắt mà xem lòng sẽ khác
Cây lá nhìn nhau rụng bạt ngàn

Tình ta như thể là sương cỏ
Bỗng chốc rơi vèo không tiếc thương
Thân vẫn là thân vô xứ
Nắm đất sinh sôi đến dị thường

Ta vẫn ngồi đây như cát bụi
Buồn vui thưa thớt tiếng dương cầm
Ta vẫn ngồi đây bên chân núi
Thì thầm kể lể chuyện ngàn năm

Có phải mùa xuân hay mùa hạ
Đã về gõ cửa một đêm mưa
Chứng tâm con nước tràn vô ngã
Vạn pháp lung linh nghĩa thượng thừa

Ta về phơi áo trăng mười sáu
Vỗ sóng nghe rền cả núi sông
Thả chiếc bè không trôi vô đạo
Tự tại mà trông nước lớn ròng.

MÙA THU MÙA THU

Mùa thu mùa thu mây chưa tan
Mang mang reo rắc tiếng dương cầm
Khói sương áo lụa còn bay mãi
Cớ gì ngồi nhớ chuyện ngàn năm

Mùa thu mùa thu trôi trên sông
Một chút tóc tơ cũng mặn nồng
Thuyền ai lìa bến, con trăng xế
Tống biệt, người đi buồn hay không!?

Mùa thu vời vợi mùa thu ơi!
Rót chi chén rượu của muôn đời
Về nghe trong chốn ngàn lau sậy
Tiếng hạc chừng bay đã cuối trời

Mùa thu mùa thu hay cơn say
Tóc tai sao ngan ngát hương lài
Mai kia sương khói chìm tan hết
Đong đầy thiên cổ một vầng mây.

MỘT NGÀY MƯA BÊN NÚI

Rừng ướt sũng, một ngày mưa bên núi
Những con chim lướt thướt ở chân trời
Này cùng tử, cớ chi mà lủi thủi
Giữa con đường hun hút bóng chiều rơi

Đêm trải thảm và trang kinh mờ mịt
Ta ngồi đây chờ mãi một hồi chuông
Lòng hỏi dạ bồi hồi khôn xiết
Giữa đất trời cuồn cuộn một dòng sông

Ta vẫn đợi dường như ngàn thu trước
Bước chân người vỡ đất thuở sơ khai
Cây với lá lung linh màu châu ngọc
Và điềm nhiên xuất hiện một thiên tài

Khi cuối xuống hôn lên niềm mơ ước
Lệ bỗng sa nghìn bận chưa nguôi
Ta vẫn biết dưới cội tùng năm trước
Trái tim người vẫn màu nhiệm tinh khôi.

MƯA MELBOURNE
MƯA SÓC TRĂNG

Đất bỗng mưa và trời cũng mưa
Cỏ cây chim chóc khóc hay cười
Mưa reo như thể từ chân biển
Mưa xuống đồi xanh mưa bốn phương

Mưa cầu Quay hay mưa cầu Bon
Những con mắt nhớ đến xoe tròn
Đường qua cây điệp mưa nhiều ít
Những hàng phượng đỏ, những màu son

Mưa có vòng qua đất bãi Xào
Mình về gom hết gió xôn xao
Gởi người con gái như hồ điệp
Huyễn hoặc nghe sao cũng ngọt ngào

Mưa có còn mưa ở hiên trường
Những người năm cũ bỗng như sương
Trăm năm về ngỡ như giây phút
Tấm áo ai bay ở cuối đường

Mưa đầu sông, mưa cuối sông
Mưa sa tít tắp, mưa cay nồng
Tro tàn còn ủ bao nhiêu lửa
Đời cứ trôi theo con nước ròng

Cù lao Dung, cù lao Dung
Trái tim xanh mướt đến muôn trùng
Ngày đi con mắt không nhìn lại
Sóng vỗ mà nghe lệ ngược dòng.

MÂY LÙA QUA TÂM

Ngồi đây nghe gió thay mùa
Xôn xao như có mây lùa qua tâm
Sau lưng hoa nở âm thầm
Cuối năm vạn thọ gieo mầm tháng Giêng
Cầm tay chúc một lời riêng
Bình minh còn đợi nắng lên trên đồi

Ngồi nghe sương khói bồi hồi
Cỏ hoa xao động ngang trời mùa xuân
Ngồi đây dường đã chung thân
Bốn phương như mộng chia phần chiêm bao
Lao xao như thể câu chào
Chúng sinh vô lượng chia nhau nỗi buồn.

LỤC BÁT THÁNG CHẠP

Đòng đòng ngậm hạt sương trong
Bàn tay tháng Chạp vẽ vòng mùa xuân
Mây bay bủa mộng xa gần
Trái tim mười sáu gõ vần tình yêu
Trông ra tít tắp dáng kiều
Trái tim vỗ sóng đánh liều viễn ly

Và em hạt thóc dậy thì
Nghe mưa tháng Chạp trôi về biển xa
Trôi về đồi núi liên hoa
Thấy tôi hạt muối đương sa lưng trời
Ngàn dâu lớp lớp bụi mờ
Tăm hơi lau sậy chia lời gió mưa

Đong đưa thóc gió giao thừa
Hạt mưa tháng Chạp nghiêng chờ tháng Giêng
Đồng bằng bỗng nhớ rừng thiêng
Núi sừng sững núi biển liền nước non
Đất màu nhiệm đất vàng son
Quê hương, hạt lệ vẫn còn long lanh.

MÂY THÁNG CHẠP

Về mắc võng đong đưa mây tháng Chạp
Ở góc trời hoa cúc nở mê man
Em qua đây xin mặc áo hoa vàng
Cho lũ én liệng vòng quanh chiêm ngưỡng

Những chú bướm bỗng bay về một hướng
Tháng mười hai mùi gạo nếp thơm nồng
Mẹ sẽ về từ thiên giới mênh mông
Thắp ngọn nến cúng dường mười phương Phật

*Về đây em bên hiên trời tháng Chạp
Cội mai vàng nhả lá xuống trăm năm
Trang kinh phai vàng đá cuộc thăng trầm
Gầy cuộc sống trên nụ cười hàm tiếu*

*Hãy chạm khẽ vào mùa xuân vi diệu
Nốt nhạc thần hòa tấu với môi thơm
Những mầm xanh hoa huệ hoa hồng
Cùng một lúc nở tràn trề trên đất*

*Tặng em tôi giữa trời Âu mưa tuyết
Vạt nắng hồng của đất Sóc Trăng
Đêm cuối năm mình thắp lửa đồng bằng
Cho nghi ngút nhớ thương hè! Nghi ngút.*

MÂY LƯNG NÚI

Về đâu đó bồng bềnh mây lưng núi
Biển dưới chân sóng bủa bạc đầu
Đâu biết được lòng người bao mông muội
Rước cho đầy nhọc mỏi cỗ xe trâu

Chong mắt thấy lênh đênh tầng lá biếc
Con bướm vàng theo nắng mới qua sông
Khi vỡ đất chập chùng mưa sinh diệt
Bàn tay lùa ròng rã cõi sắc không

Thắp ngọn nến lung linh ngàn thế giới
Biển chiều nay sóng sánh nghĩa u huyền
Tình đã cạn hình dung chi duyên khởi
Quy hương hề! Cùng tử bỗng sinh thiên

Hốt nắm đất hỏi thăm tên với tuổi
Cội tùng xanh, xanh ngái cả đồi Tây
Gió đồi Đông, dòng dòng gió thổi
Người quay về mộng rót với hai tay

Ta ngồi đây phơi lưng ngày đương nắng
Bảy mươi năm từng sợi tóc đơm bông
Gió chướng thổi về đồi thông mây trắng
Con ngựa già đỏ mắt nhớ phương Đông.

VỀ NGHE BÁT NHÃ CA

MAI XUỐNG NÚI

Mai xuống núi hỏi đường xa hay ngắn
Nhà của em trồng mấy luống hoa vàng
Khi ta về con nước lớn mênh mang
Khi tách bến, con đò đưa mấy độ

Ta thương lắm những cơn mưa châu thổ
Những vườn hoa sẽ vĩnh viễn xuân thì
Qua nhà người con gái tuổi vu quy
Hai tay khép một vầng trăng mười sáu

*Trời đất kia ngàn năm còn thơm thảo
Cho mực nồng hoa phấn đẫm son tươi
Khi ta đi sen búp nở quanh người
Chơi cút bắt mùa xuân hay mùa hạ*

*Khi bước xuống giữa hai hàng cây lá
Biển rừng ơi! Trăng óng ánh lạ thường
Ở nơi này mà lòng tận muôn phương
Nghe ngan ngát mùi hương trầm thiên tích*

*Và có lúc hồn xanh như ngọc bích
Cả núi đồi bừng tỉnh khúc hồi sinh
Những con nai đang náo nức tỏ tình
Hoa sẽ nở bốn mùa như thế đó.*

ĐƯỜNG LÊN DỐC

Dưới chân rừng rú, đường lên dốc
Sợi tóc rung lên gió cuối mùa
Lòng nhớ người xưa mưa từng hạt
Ẩn tàng vô lượng nét xuân thu

Nắng mưa gieo lấy mùa hoang dại
Vạn pháp sôi lên lũ ấu trùng
Trong chốn hoang vu mù sương đó
Đất bùn thóc lúa cứ đơm bông

Biển vẫn trôi và thuyền cứ dạt
Những đời thiếu nữ những dung nhan
Mai kia trở gió màu son nhạt
Về nhé thềm xưa nguyệt vẫn rằm

Ta gọi mưa về xanh liếp cải
Đời nghiêng xuống dạ tạc vuông tròn
Trong con mắt đọng màu hoa dại
Ta thổi bông bay trắng núi rừng.

CÁNH ĐỒNG CỎ DẠI

Ta vẫn đi trên những cánh đồng
những cánh đồng ngút ngàn cỏ dại
ngút ngàn thị phi nhơn ngã
tự thân cày bừa từng luống đất
từng đường cày phiền não vỡ tung
từng gân mạch tanh nồng
lật ngửa từng hóc hang rắn rít
lũ muỗi vo ve
chực chờ hút máu

Những cánh rừng ngún cháy tham sân si
lũ chồn cáo hùm beo
ma mị hung hăng tác quái
lũ ngựa trời bất kham
giữa lau sậy gươm đao thác loạn
vun vẩy máu đào

Khi cánh rừng không còn gió bão
lão nông phu xưa
chầm chậm đường kim chỉ
khâu lại vết thương tâm.

HẠT BỤI HỒNG

Đầu mảy lông có hạt bụi hồng
Chứa đủ cả ba ngàn thế giới
Cứ qua sông, cớ chi nán đợi
Tiếng chèo khua động cả núi sông

Trăng vẫn sáng ngàn năm da diết
Và lòng tôi vời vợi tận thiên hà
Xin chớ hỏi với tro tàn sinh diệt
Giữa nguồn cơn an lạc thiền na

Từng đàn sáo bay ngang trời như huyễn
Ta ngồi đây với chén rượu muôn đời
Hương tóc cũ, chiều nay thơm hương biển
Những chân trời đỏ máu những đường môi

Ngồi xuống đây và chớ nói năng
Đêm sẽ tận và ngày lên hào sảng
Hoa sẽ nở giữa lòng người vô hạn
Mặt đất này, nhan sắc những mùa trăng.

ĐỒI MÂY

Chập chùng đồi núi mây vô ngại
Thênh thang trang giấy nốt nhạc trầm
Bùn sen ngang ngang trăng đại hải
Cánh cửa xuân thì đương mưa râm

Ào ào lau sậy đàn theo gió
Máu tim say mãi cuộc sum vầy
Người về đâu đó sương lan tỏa
Bồng bềnh vạn pháp trắng đồi mây

Người bơi qua biển, bơi qua lửa
Bờ bến như lai gió xạc xào
Bát cơm ai thổi thơm từng bữa
Sóng bủa nghe ra cũng ngọt ngào

Em ạ! Chiều nay mưa rơi nhẹ
Mình về thắp lại ngọn đèn xưa
Dưới ánh trăng khuya màu quạnh quẽ
Tấc dạ chìm theo với gió lùa.

DƯỚI MỘT CỘI TÙNG

Thức mây lớp lớp ba đào
Mở hai con mắt chạm màu thượng thiên
Người đi trút lá tang điền
Khói sương ai thở trôi nghiêng đất trời
Cầm bằng tàn một cuộc chơi
Bóng con hạc trắng về nơi muôn trùng

Sáng nay dưới một cội tùng
Tôi đem thơ rót bên dòng sông xưa
Đất trời hương lửa đong đưa
Thấy muôn năm cũ cơn mưa chưa tàn
Đá vàng đậm nhạt trái ngang
Tôi đem thơ thả hàng hàng trôi đi

Mai này trong cuộc thiên di
Có tôi nán đợi là khi nhớ người
Núi rừng một bận ngu ngơ
Ngó nhau cây lá bỗng mờ mịt tâm
Đàn ai nhấn nốt nhạc trầm
Biển tôi lau sậy ngầm ngầm sóng giăng.

VỖ SÓNG MÀ CHƠI

Vỗ sóng mà chơi ven sông lớn
Thuyền ghe chưa biết ghé phương nào
Mười phương heo hút đời lau sậy
Con mắt mùa thu đã đổi màu

Bụi vẫn bay và chim vẫn hót
Ai vẽ rừng xanh nắng hạ vàng
Nghiền tan chưa hết niềm cô độc
Đứng giữa đồi nương nhớ chứa chan

Chim trời một sớm không bay nữa
Cắn cỏ tha rơm lót ổ nằm
Nhìn quanh mờ quá mây hay lụa
Nhớ tiếng gầm xưa tận núi rừng

Pha với ngàn sương màu trăng ngọc
Ngàn năm kể lể chuyện mưa nguồn
Cỏ cây vẫn cứ xanh màu tóc
Vẫn cứ hồn nhiên với gió sương.

GIÓ TRÊN ĐỒI

Lòng vấy bụi hay đất trời vấy bụi
Bầy thiên nga bay vút chân trời
Gió vẫn thổi vào minh mông mê muội
Đường tăng xưa độc ẩm dưới trăng tà

Đánh một giấc vùi sâu vô lượng kiếp
Trên hai vai nhật nguyệt pha màu
Xanh với cỏ hồn nhiên sinh diệt
Gió trên đồi thổi trắng những bờ lau

Trường giang, trường giang cơn mưa bụi
Hề! Sá gì con nước cứ lênh đênh
Cứ xuống hàng và sang trang mới
Cười vu vơ sóng sánh chén điêu linh

Cà phê thơm và tóc người xanh quá
Mây nước kia có đoạn tuyệt bao giờ
Và đất cát có bao giờ xa lạ
Nên muôn đời ảo hóa những mùa thơ.

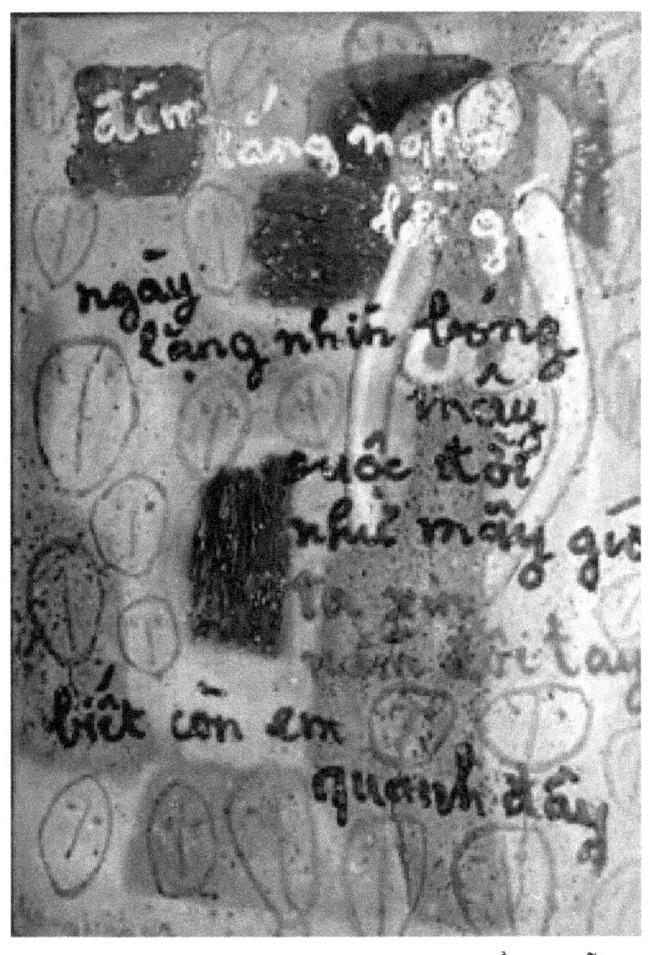

Tranh HỒNG LĨNH

ĐẤT TRỔ BÔNG

Có những dòng sông trôi đi mãi
Em của ta hề! Như mây bay
Và những bài thơ không chép lại
Chỉ còn hương tóc ngát trên vai

Có những hàng cây chờ mưa gió
Những cuộc đời xưa cũng não nùng
Xin chớ vì ta mà lệ nhỏ
Cứ xuống thuyền và cứ qua sông

Bạn lữ một thời như gan ruột
Bỗng chốc chiều nay theo lá rơi
Thần kinh từng sợi mây hay khói
Lãng đãng như sương đến nhạt nhòa

Sáng nay theo gió cùng trôi dạt
Người ở bên đồi với nắng thơm
Dường như cây lá cùng reo hát
Một khúc sông xanh bỗng xuống dòng

Mây đùa áo lụa bay từng lớp
Trời đất trong veo cả cõi lòng
Hồn nhiên mà chứng duyên tan hợp
Gõ nhịp cho đều, đất trổ bông.

ĐẤT THẢN NHIÊN

Đất thản nhiên và núi thản nhiên
Tâm người khẽ động tận tam thiên
Hoa khai tự thuở ngàn thu trước
Hạt thóc xanh nguyên mộng thánh hiền

Vô lượng thọ hề! Vô lượng tâm
Một màu trăng sáng cả sơn lâm
Hoàng oanh về đậu cành thiên trúc
Nhả xuống ngàn dâu khúc nhạc trầm

Có phải mùa xuân nên mưa hoa
Đồi nương vang mãi tiếng Di Đà
Rừng xanh như thể từ muôn kiếp
Chày kình từng nhịp, tát bà ha

Bạn lữ ta hề! Mây thanh lương
Trời trong nên êm ả lạ thường
Những con mắt ngó chừng như hỏi
Một đường son đỏ, một đường hương

Những tầng mây trắng, những bàn tay
Ba ngàn thế giới ở ngang mày
Chia nhau thọ mạng ngàn lao nhọc
Vạn pháp mờ theo cánh én bay

Từng chiếc bè lau trôi mênh mang
Trường giang lất phất mộng kê vàng
Sông xanh ngăn ngắt như châu ngọc
Cho ánh trăng tràn vô lượng quang.

BUỔI TRƯA ẤY

Buổi trưa ấy đất trời thu nhỏ lại
Ở góc rừng cây lá gió vi vu
Em áo trắng phập phồng mây hoang dại
Ghé cuộc đời đổi lấy mấy giờ vui

Mây lơ lửng trên tâm người vô định
Những con đường dài ngắn sẽ về đâu
Có một điều chưa bao giờ toan tính
Khi ngủ yên và mộng gởi phương nào

Đổi lấy cả tử sinh hề! Vô tận
Thênh thang reo rắt tiếng diều bay
Khi ngó lại buồn vui quanh quẩn
Lần sau cùng dốc một chén mê say

Mai hay mốt trên con đường xưa cũ
Chong mắt tìm hạt bụi tiền thân
Ai biết được ngàn năm đời du thủ
Những con sâu cái kiến cũng phong trần.

VƯỜN NHO CHÍN

Mười năm vườn nho còn chín đỏ
Ta ngồi đây như thể tự muôn đời
Như thể gió mưa và sâu bọ
Muôn đời ai rót cứ đầy vơi

Giang hồ theo gió không về nữa
Cố thổ mờ theo con mắt cay
Sầu xưa lay lắt như men rượu
Như người năm cũ như mây bay

Thả chiếc bè trôi cùng mưa lũ
Núi rừng nhan sắc bỗng mù sương
Nhớ gì lũ dế reo mùa hạ
Cửa tùng ta nhớ một làn hương

Bình minh dát ngọc bồ đề tỏa
Tự đất tự tâm tự mây ngàn
Mang mang vạn pháp cùng an tọa
Đất trời đương đúc một lò tâm.

BÊN ĐÂY RỪNG NÚI
ĐỨNG THAM THIỀN

Ngày sẽ hết và ráng chiều huyền diệu
Ngồi đây em, xem đêm xuống nhẹ nhàng
Và sương mù sẽ tấu khúc mênh mang
Đen hay trắng cũng một màu thanh bạch

Em vĩnh viễn là tình yêu thứ nhất
Bởi đất trời vời vợi tinh khôi
Lũ ong mật vẫn ngàn năm ngây ngất
Giữa núi ngàn trác tuyệt những vần thơ

Đêm sẽ hết và ngày xanh vô lượng
Công đức lành chia sẻ với hai tay
Khi hạt nước vỡ tràn trề vạn tướng
Em ngồi đây, điêu khắc đến mê say

Trong ngấn mắt còn nguyên màu châu thổ
Cây rau răm thơm tới chín phương trời
Mùa nước nổi đồng bằng reo với lũ
Bông lục bình nở tím trái tim tôi

Thì vẫn thế, hồn nhiên cô độc
Giữa sơn cùng thủy tận thiên nhiên
Tinh sương vẫn chờ muôn chim hót
Bên đây rừng núi đứng tham thiền.

CHÌM GIỮA NGÀN DÂU

Người về chìm giữa ngàn dâu
Máu tim đọng lại một màu vàng son
Thiên thu con mắt trăng tròn
Còn soi trên những núi non bạt ngàn
Biển lùa từng mảng trăng tan
Thấy tôi trôi giữa vô vàn gió sương.

LỬA RƠM

Phải không con nước đương ròng
Đất đai thảo mộc dòng dòng trôi đi
Con ngươi một chấm xanh rì
Nổ tung giữa đám bụi nghi lấp vùi
Xương da tâm não từng chồi
Sẽ ngơ ngác cháy với mồi lửa rơm.

BÀI CA TÂY TẠNG

Em có nghe bài ca Tây Tạng
Đất rưng rưng, bông tuyết rụng mù lòa
Khi chuông mõ đã trầm trầm ai oán
Đất thần linh rờn rợn bóng tinh ma

Em có nghe bài ca Tây Tạng
Gió núi lùa quạnh quẽ những đền thiêng
Khi lệ chảy vào mênh mông quên lãng
Nghe điêu tàn bưng lấy vết thương riêng

*Núi buồn bã, núi mù sương oan nghiệt
Những con người lầm lủi lưu vong
Trời đất cũ bỗng dưng biền biệt
Con ngựa già tắt thở lúc qua sông*

*Mời em nghe bài ca Tây Tạng
Lửa bùng lên chấn động tận tam thiên
Người đã về đồi xưa trăng chưa sáng
Tâm linh hề! Sừng sững đến vô biên*

*Khi thế giới bỗng ngậm ngùi Tây Tạng
Em vẫn ngồi thắp nến với đêm sâu
Tăm tối vây quanh chập chùng mê sảng
Em vẫn ngồi và hát với trăng sao.*

BIÊN THÙY MÙA XUÂN

Nắng tô vàng mái hiên chùa
Sư về giũ áo gọi mùa xuân lai
Nửa đêm rót bát trăng đầy
Đánh chuông bát nhã một chày kình thiên
Nghe ra mười cõi hiện tiền
Đất đai sông núi nối liền bản tâm

Nắng mưa nhựt nguyệt xoay vần
Sư về phơi áo một lần bên sông
Ngắm mây nước đó phiêu bồng
Nụ cười như khói theo dòng trôi đi
Rừng phong lá vẫn thầm thì
Liên hoa nở khắp biên thùy mùa xuân.

VÒNG QUANH LƯNG BIỂN

Có ngấn lệ vòng quanh lưng biển
Của mùa thu mùa hạ qua đời
Những con thuyền nhả khói tận ngàn khơi
Con én vẽ một bờ mây tháng Chạp

Khi chuông mõ rền quanh chân tháp
Những con đường những nẻo mù sương
Ta chợt thấy mười phương trên tán lá
Thiên thu đưa từng tiếng khẽ khàng

Mưa vẫn rơi vòng quanh hạt thóc
Lũ sáo về và hót vu vơ
Bên cánh cửa trùng dương thảo mộc
Có tiếng chèo khua động tận ngàn xưa

Gieo cho hết những tơ tằm hồ thủy
Bút mực hề! Hí lộng cuộc phù sinh
Con én cũ về đây vui một bữa
Bởi máu tim còn ẩn mật những u tình.

TÓC TRẮNG MÂY

Chân mây chớp mắt lòa dâu bể
Mộng bủa lênh đênh khắp núi rừng
Gió bụi còn cay lời hải thệ
Nhạn chìm thất lạc mấy tầng tâm

Khi biết mùa xuân không về nữa
Những niềm trắc ẩn bỗng hoang vu
Ta lên đồi hái từng thanh lửa
Đốt cả thiên thu vạn cổ sầu

Đêm nay về giữa mùa trăng sáng
Tấc dạ mang mang một góc trời
Trông ra vạn tướng duyên vô tận
Ta đứng trên đồi tóc trắng mây

Cỏ cây xanh ngắt màu trăng ngọc
Nghiêng xuống trong veo cả cõi lòng
Tăm tăm sông nước chừng phiêu hốt
Thấy bóng ta treo giữa núi ngàn.

ANH HÙNG MẠT LỘ
BIỂN THUẬN AN

Tưởng nhớ anh CAO XUÂN HUY.

Anh hùng gẫy súng biển Thuận An
Tháng ba tháng tư cùng ứa lệ
Cao Xuân Huy hề! Con trăng xế
Thông reo vi vút sầu bạt ngàn

Anh hùng mạt lộ biển Thuận An
Vuốt mặt mang mang hận dã tràng
Cuồng phong chinh chiến đương nghi ngút
Bỗng rơi tan tác bỗng hoang tàn

Anh hùng ngã ngựa bến Thuận An
Cắn môi nghe ứa máu can trường
Thần linh sóng dạt bờ lau lách
Đất trời muối mặt với quê hương

Tháng ba tháng tư cùng ứa lệ
Sa cơ sầu chất bến Thuận An
Tấm thân chiến sĩ hề! Dâu bể
Tấc lòng xin gởi gió phương Nam.

TẬN CÙNG MÙA THU

Lá vàng gọi mãi mùa thu
Gọi người gầy cuộc viễn du với người
Mang theo này nhé ngậm ngùi
Này là hạt lệ vị đời nồng tanh
Đất đai tinh huyết ngũ hành
Theo mây về núi xây thành chiêm bao

Mộng nào rơi tận đời sau
Rơi về tiền kiếp cơn đau hiện tiền
Ngàn năm biển hóa đất liền
Vàng thu còn nhuộm tang điền dây dưa
Đứng ngồi một chiếc võng đưa
Ngó trong tâm thấy cơn mưa mù lòa

Đương mùa lá rụng hằng hà
Vọng lên tấu khúc giao hòa càn khôn
Càn khôn triệu triệu cô hồn
Ngoi lên từ những nỗi buồn mông lung
Và tôi từ cõi đất bùn
Còn nghe thổn thức tận cùng mùa thu.

HÁI MÙA XUÂN

Ai hái mùa xuân thả thênh thang
Bên đồi rực rỡ những hoa vàng
Trời bát ngát hương thời xa lắc
Trong mắt em xanh cả nỗi mừng

Ta chép tặng người dăm trang kinh
Trí tuệ nghìn năm sánh lung linh
Ai như một bóng chim cô độc
Từ mùa xuân trước - chứng vô thinh

Ai vẽ mà xanh cả sơn hà
Ngàn hoa bỗng nở ở quanh ta
Trong cõi xuân sang trùng điệp đó
Thổn thức làm sao tiếng Di Đà

Ta hái mùa xuân thả trên sông
Mai kia ra biển với muôn trùng
Tịnh yên hóa hiện trời xanh biếc
Nghìn kiếp nào trôi suốt bổn tâm.

CUỘC TRÌNH DIỄN CỦA BIỂN

Cuộc trình diễn trên biển
Chưa bao giờ kết thúc
Bản hòa âm của gió
Và tấu khúc của mưa
Chưa bao giờ viên mãn

Ai biết được mặn nồng của biển
Chất liệu những bài ca
Chập chùng con sóng hát

Có tiết mục nào dành cho loài thủy tộc
Và những tảng đá rêu xanh
Trầm sâu trong lòng biển

*Có bài thánh ca nào dành cho sự siêu độ
Những con tàu chìm và những vong linh
Dưới nấm mồ thủy táng*

*Có bàn tay đạo diễn nào
Xua biển tràn vào thành phố
Quét sạch những ngôi làng
Quét sạch những sanh linh
Bằng cơn sóng thần hung bạo*

*Cuộc trình diễn của biển
Chưa bao giờ kết thúc.*

VỀ MẸ

> Mẹ già như chuối ba hương
> Như xôi nếp một, như đường mía lao. (ca dao)

1.
Mẹ như một trận mưa rào
Tưới lên thửa đất xanh màu cỏ cây
Khi còn Mẹ bế trên tay
Con như cái trứng, lăn quay lăn tròn
Mẹ như bầu sữa thơm ngon
Cho con vang tiếng cười dòn trẻ thơ
Tuổi nào Mẹ hát ầu ơ
Ru con ngủ giấc ngọt lời ca dao
Mẹ như một bát canh rau
Cho con lớn dậy, hồng hào thịt da
Mẹ như trái bí trái cà
Như ơ cá bống mặn mà kho tiêu
Cho con như một cánh diều
Tung tăng bay lượn muôn chiều ấu thơ
Rồi con đi học i tờ
Mẹ như dòng mực nhỏ lời yêu thương
Chợ đời một nắng hai sương
Tóc xanh Mẹ đã trăm đường đắng cay

*Mưa bay giọt vắn giọt dài
Mẹ như cái bóng tan ngoài sông xa
Mẹ như chiếc áo bà ba
Nắng mưa ròng rã nhạt nhòa Mẹ tôi.*

2.
*Sông sâu bên lở bên bồi
Mẹ như luống mạ xanh ngời đất đai
Mẹ như vồng sắn vồng khoai
Như con nước bạc chở đầy cá tôm
Bao giờ cây lúa trổ bông
Mẹ như con én bay vòng mùa xuân
Rồi như cây mắm cây bần
Theo con sông lớn mọc gần mọc xa
Mẹ như một dải phù sa
Mai sau sẽ mọc trái hoa dẫy đầy*

3.
*Mẹ như cái hạc trong mây
Bay vào tịch mịch một ngày chớm thu
Ngoài đồng gió thổi vi vu
Con ra đứng ngóng, mù mù sương rơi
Chắp tay lạy khắp phương trời
Trời mênh mông quá, Mẹ tôi phương nào!?*

MÙA XOÀI CHÍN

Mùa soài chín trong khu vườn phương Đông
Thơm tràn phương Tây
Thơm ngào ngạt căn phòng tịnh thất
Người da đen lái chiếc taxi về quê hương châu Phi
Tôi lái chiếc thuyền con về biển

Sự thật vẫn diễn ra cùng lúc
Hạnh phúc và khổ đau
Kề nhau gang tấc
Giữa trời mộng mị

Mỗi buổi sáng là những niềm vui
Cũng như mỗi hoàng hôn
Vô cùng huyền diệu
Cũng như mỗi ly rượu
Chứa nồng nàn sinh tử

*Tôi chắt mót từng đồng cent
Gởi về cho cố xứ*

*Hãy thong thả vào thư viện
Đánh một giấc ngủ trưa
Mặc chữ nghĩa chơi trò khiêu vũ*

*Anh phu xe và con ngựa già
Vẫn cọc cạch hằng ngày
Chở từng chiếc quan tài về với đất
Tiếng cầu kinh
Đâu phải dành cho người chết.*

TẤM LƯỚI CHÂU

Giăng tấm lưới châu ngày gió lộng
Trở gót mà xem núi bạc đầu
Nghiêng vai hứng lấy vô biên mộng
Lưng trần tầm tã tiếng mưa mau

Nghĩa thâm mật bỗng tràn lan tim phổi
Con én bay ngàn dặm gọi mùa xuân
Trang giấy mỏng bồng bềnh mây hay khói
Cười với mai, hoa cúc nở như thần

Đường xuống núi mù sương chưa mở ngõ
Trái tim còn vàng đọng những mùa dâu
Thì cứ đợi vầng trăng lên mười sáu
Gió phập phồng lau sậy thở lao xao

Thả tấm lưới châu trùm bốn biển
Vạn tướng xanh rờn những sớm mai
Cỏ cây nhan sắc cùng chu biến
Thì cứ ngồi đây xem mưa bay.

TÂM NHƯ MÂY

Tâm như mây và mây như tâm
Gió cát lao xao tiếng nguyệt cầm
Xuân hạ qua chơi mùa thu cúc
Sư về dạo bước giữa sơn lâm

Thả chiếc bè lau trôi lang thang
Bốn phương gió lộng mảnh y vàng
Trường giang, hoa nở tràn sương sớm
Sông nước ngàn năm trôi mênh mang

Ai rót mà thơ ngát bên sông
Xuân xanh nghe nắng múa phiêu bồng
Có nghe xao xuyến từ vô thỉ
Hương trầm, thơm thảo cả hư không

Tử sinh, hay tiếng gõ miên trường
Sơn thủy hề! Xanh yêu thương
Nghiêng vai gió bụi tràn tâm thể
Một tiếng chuông vang sáng cội nguồn.

CHÉN MUỐI

Chén cơm hay chén muối
Trên đồi núi quê hương
Những con nai ốm đói
Lầm lủi giữa mù sương

Khi gió mùa Tây Bắc
Thổi về những đồi trăng
Cớ chi mà phiêu bạt
Mộ tù không ai thăm

Trên núi ngàn Hy Mã
Tuyết vụt vù tuyết rơi
Trên vô cùng hoang dã
Thế giới bỗng sụt sùi

Tiếng ca hay tiếng khóc
Nghe rền cả trời xanh
Lửa bùng lên sướt mướt
Kinh động cả thần linh

Ta gọi sầu Tây Tạng
Sao lệ tràn phương Nam
Mưa đỏ trời cộng sản
Vạn cốt hề! Hờn căm.

MAI VỀ THĂM

Mai về thăm lại nghìn thu cũ
Tiền kiếp xanh um những nấm mồ
Lao xao mộng mị và hư ảo
Phiền não bay nghiêng một góc trời!

Mai về ghé lại con đường cũ
Những mắt môi xưa, những cuộc tình
Chén rượu nào say tình bằng hữu
Mưa tràn và nắng múa lung linh

Mai về lạy Mẹ bên thềm cũ
Tóc trắng bay theo nắng cuối ngày
Huyết thống chưa nguôi hề! Sinh tử
Lệ ứa bao năm sẽ chảy dài

Mai mình vẽ lại chân dung mới
Có mảnh trăng rằm bên trái tim
Ung dung ta sống đời trăm tuổi
Sáo cứ vang lên khúc độc cầm.

ECHO 4
145 x 145 cm
Oil painting

Tranh LÊ TRIỀU ĐIỂN

MỘT NẮM GIÓ SƯƠNG

Hốt một nắm gió sương
Hỏi đêm tối miên trường
Máu tim nào tê dại
Hồn phách nào tha phương

Ai ngồi giữa rừng cây
Lá rơi suốt đêm dài
Ngàn thu còn phảng phất
Cơn mưa vàng chân mây

Thở hơi dài trăm năm
Nghe vạn pháp thì thầm
Gió lùa sâu lồng ngực
Ruột gan sầu căm căm

Hốt một nắm xương tàn
Cúng dường khắp nhơn gian
Tâm thân chừng vô ngại
Nên sinh tử tuôn tràn.

HẠT CÁT VÀNG XƯA

Gặp người hạt cát vàng xưa
Dụi con mắt thấy cơn mưa giữa trời
Sóc Trăng một cõi bùi ngùi
Thấy tôi Phú Lộc bồi hồi Ngã Năm
Phải chi thuở nguyệt đương rằm
Lòng tôi trang giấy xanh mầm tầm xuân.

CHÍN DÒNG PHÙ SA

Tới đây như thể hẹn hò
Nghe như có tiếng gọi đò qua sông
Đất này phải đất Cửu Long
Thiên niên còn đỏ chín dòng phù sa
Mùa nào rực rỡ nắng hoa
Tôi về thắp bát nhang pha thượng nguồn

Chuối nào là chuối ba hương
Mẹ tôi chín chục bên vườn ca dao
Mây bay như tấm lụa đào
Trong đôi mắt đó nguyên màu ban sơ
Thấy mình như đứa bé thơ
Còn nghe tiếng võng ầu ơ ví dầu.

CỔ PHONG

Lên đồi dựng một thảo am
Xuân thu khoác áo màu lam mây ngàn
Tiếng chuông hay tiếng suối tràn
Đã vang từ những đạo tràng xa xưa
Tâm truyền tâm pháp đại thừa
Xe trâu một cỗ, người đưa người về

Lên đồi mài đá đề thơ
Vẽ mây xanh với tư bề cỏ cây
Bụi và đất đá quanh đây
Còn nghe ngàn hạc vàng bay lưng trời
Ai khai hóa, ai tô bồi
Sáo ai nhã nhạc trên đồi cổ phong.

NGHE KINH

Sáng nghe giảng Phật thừa
Gió còn chơi nơi xa
Lệ đâu bỗng nhạt nhòa
Trên trang kinh Pháp Hoa

Ai bỏ lại bên đường
Bao nhiêu là cỏ rác
Trong lòng mỗi chúng sinh
Cũng hằng hà bụi cát

Ngày qua và đời qua
Cứ chất chồng sinh diệt
Tiếng ai còn rên xiết
Khi chuông mõ gọi hồn

Sáng nghe một bài kinh
Ngũ uẩn bỗng cựa mình
Nhang thắp hồng sám hối
Bụi tàn bay lung linh.

Ở CUỐI HÀNG

Có chút khùng điên ở cuối hàng
Khi đời treo ngược tiếng ho khan
Thì cứ lên bờ xanh với lá
Giun dế reo vang với suối ngàn

Buông tay lũ kiến trôi về biển
Có giọt lệ nào sẽ tiễn đưa
Có ta về giữa trời mưa lớn
Gió trút miên man đến bạc đầu

Hạt cơm hạt lệ sẽ cùng rơi
Thì cứ về chơi với mưa trời
Trùng trùng trong chốn ngàn thu đó
Chữ nghĩa bay vèo vạt áo tơi

Sầu lên nghi ngút, thất đại chìm
Ngựa về mỏi vó gió cuồng điên
Trang kinh hạt thóc còn nguyên vẹn
Ta nhỏ lệ vào trăng sẽ lên.

HÍ VANG RỪNG NÚI CŨ

Không một lời từ biệt
Con đường dài mồ côi
Sương giăng trắng lưng đồi
Người đi rồi, đêm trước

Đất làm sao hiểu được
Những khung trời mây bay
Ai thức với đêm dài
Ngậm tăm niềm cô độc

Mùa nào nghe gió lốc
Về đâu những bụi mù
Mưa có trắng thiên thu
Giữa hôn trầm mộng mị

Biển xanh từ vô thỉ
Cát vàng buổi sơ khai
Đất ủ hóa hình hài
Trong miên trường sinh diệt

Tâm lượng nào tha thiết
Nghe mưa đổ ngàn phương
Ngựa về không yên cương
Hí vang rừng núi cũ.

TRÊN ĐỒI CÓ THIÊN THẦN

*Người vô tâm vô sự
Như nắng rót mưa dầm
Mây bay hề! Vô xứ
Như biển tràn thanh âm*

*Hồ sen vàng vô lượng
Sương sớm trôi mênh mông
Đất trời hề! Cô tịch
Trăng chưa tàn bên sông*

*Ai dạo đàn trên núi
Cây trái bỗng ngọt ngào
Mùa xuân còn đương buổi
Tiếng hát còn bay cao*

Ngồi đây và nghe hát
Bên hiên trời vô biên
Trống không lòng bồ tát
Bỗng vang khúc nhạc thiền

Tiếng chuông vang ngàn dặm
Còn ai giữa phong sương
Bên kia bờ biển mặn
Sông núi đẹp lạ thường

Thơ đời hay thơ đạo
Mà xao xuyến bâng khuâng
Hoa đương mùa thơm thảo
Trên đồi cỏ thiên thần.

VỀ NÚI

Mai về núi, mang kinh về núi
Nghe mưa rơi từng hạt sau cùng
Hương thơm tràn từ lòng đất thủy chung
Sen sẽ nở vào mùa xuân vĩnh viễn

Mai về núi, rừng xanh như biển
Sẽ rong chơi cùng hoa cỏ hiện tiền
Lòng sẽ hiền như giấc ngủ yên
Trời với đất sẽ hòa tan như bụi

Mai về núi, trầm tư với núi
Chuyện ngàn năm như khúc nhạc thiền
Cội nguồn nào vẫn hằng hữu an nhiên
Như đá biếc trơ gan cùng vũ trụ

Mai về núi, đợi mùa mưa lũ
Cả thiên đường dồn tụ chân mây
Và hôm nào em ghé qua đây
Núi sẽ thắp vầng trăng thiên cổ.

SINH TRỤ HOẠI DIỆT VÀ HỒI SINH

Từ ta một giọt máu hồng
Hóa sinh lớn dậy giữa dòng đời trôi
Cỏ vàng lạnh hạt sương rơi
Khoảnh thân mộng đó bên trời lao xao
Chén cay đắng, chén ngọt ngào
Chén điêu đứng cạn, cơn đau mệt nhừ

Rồi như một nhánh sông khô
Dăng tay ta níu mấy bờ quạnh hiu
Lạc loài dăm tiếng chim kêu
Ngó quanh chỉ thấy bóng chiều giăng giăng
Ô hay! Có một màu trăng
Long lanh như hạt sương tan bên trời

Trong màu lụa trắng tinh khôi
Hồi sinh muôn hạt trên đồi xuân xanh
Từ trong vô lượng đất lành
Dậy lên sắc tướng âm thanh chập chùng
Cuộc sinh tử đó khôn cùng
Mênh mang nhân ảnh, bụi hồng mù bay.

ĐƯỜNG MÂY HỀ! KIÊU BẠT

Giọt giọt gieo tràn trang giấy trắng
Cuối mùa dâu bể gió bâng khuâng
Tóc sẽ thơm tho mùa nhãn chín
Biển cứ bồi lên những cánh rừng

Sáng nay pha nắng cùng son đỏ
Những đất chồi xưa bỗng dậy thì
Những con mắt nhớ mưa mùa hạ
Tiếng guốc còn khua với tiếng mưa

Đường mây, đường mây hề! Kiêu Bạt
Nhớ bạn sầu lên khúc đoạn trường
Hồ dễ tử sinh ly rượu nhạt
Trăng sáng đời xưa gió loạn cuồng

Người về đứng ngó đời thưa thớt
Chiếc bóng nghiêng theo ngọn gió chiều
Mai kia trong chốn phù sinh đó
Khép mắt chìm theo tiếng gió reo.

HỐT NẮM ĐẤT

Hốt nắm đất, phù trần rơi lất phất
Nắng mệt nhoài nhìn mùa hạ qua đi
Soãi cánh bay đi ngàn cánh hạc
Lũ lượt trôi xa những chuyến phà

Sông sẽ chảy một dòng kiệt lực
Nắng mùa thu mùa hạ đổ chang chang
Con trăng chết giữa mùa nguyệt thực
Em về chưa, căn bếp mặn tro tàn

Hốt nắm gió sương, buồn lay lắt
Kèo cột chông chênh những mái nhà
Bỗng dưng thương cả đời cây cỏ
Thương cả đời ta hạt bụi lòa

Hốt nắm lá, hỏi phù sinh dông bão
Những đường môi bật máu nghẹn lời
Tinh huyết đó cũng tuyệt màu tái tạo
Ta nhớ người máu lệ thuở tinh khôi.

THÁNG GIÊNG
MÙA GIỖ CHA

Lệ nào rơi xuống tháng Giêng
Thái sơn một ngọn đứng riêng giữa trời
Thuở tôi còn ở bên người
Đâu hay ai dựng bia đời tử sinh
Bóng con ngựa chốn biên đình
Chìm trong gió bụi một niềm đau riêng

Ai ngồi thắp nến tháng Giêng
Thấy đời như ngọn đèn nghiêng bao giờ
Người đi bóng nhạn mịt mờ
Biển còn xanh một bến bờ năm xưa
Mai kia nát dưới sương mù
Là khi tâm thể khai mùa trùng lai.

NGUYÊN MÀU SON ĐỎ

Đánh một giấc ngủ dài trên đất Mẹ
Gối đầu lên mộng mị với quê nhà
Trời tháng Chạp hoang đường loài chim sẻ
Người trở về còn vấy bụi đường xa

Lòng đã rỗng và tóc tai mù bạc
Nền đất xưa tiếng võng vẫn êm đềm
Người vẫn thế hay hình dung đã khác
Cuối con đường trần thế chông chênh

Hoa vẫn nở nguyên màu son đỏ
Áo Mẹ già màu lụa vẫn tinh khôi
Ôi! Nguyên vẹn mùi nhang trầm đây đó
Tiếng kinh cầu đồng vọng mãi đời tôi

Mở cánh cửa, nồng thơm Nguyên đán
Ngồi im nghe từng bước giao thừa
Khi chớp mắt, thấy tận cùng viên mãn
Cả đất trời nhè nhẹ đong đưa.

VÀNG THƠM
CẢ THÁNG GIÊNG

Lũ én bay qua mùa thơ lục bát
Gọi nhau về tháng Chạp hạt thóc chín quê hương
Đất bình nguyên ngang dọc những dòng sông
Mùa nước mặn phèn vàng chân con gái

Vàng thơm cả tháng Giêng dạm hỏi
Những cây cầu lắc lẻo trăm năm
Ngoài vàm sông đợi lúc trăng rằm
Con nước lớn chảy tràn lan như biển

Sáng sớm qua sông hái bông điên điển
Áo sẽ thơm mùi cỏ dại hoa đồng
Khi đêm về lòng nhớ mênh mông
Tâm xanh biếc cả khung trời cao rộng

Ta vẫn đợi những mùa gió lộng
Thả cánh diều cho lướt thướt tung bay
Lòng sẽ hiền như nhánh cỏ may
Nghe thơm thảo cả mùa xuân thơ ấu.

NGÀY TA THẢ GIÓ TRÔI VỀ BIỂN

Ngày ta thả gió trôi về biển
Đứng giữa ngàn thu máu gợn sầu
Thì chớ hẹn đời sau cùng lũ én
Bay mõi mòn mộng mị với chiêm bao

Bụi vẫn là bụi của ngàn năm
Máu tim đương lúc lớn hay ròng
Bỉ ngạn chờ ai từ vô thỉ
Ta thấy mây trời trôi trắng bông

Thủ Lăng Nghiêm hề! Sương mênh mông
Chập chùng bào ảnh mưa hay sóng
Biển vẫn bồng bềnh từng nhịp võng
Chớp mắt xem ra núi đánh vòng

Lũ nai về giữa mùa thu cũ
Núi vẫn xanh, suối vẫn hiền
Chừng như muôn thuở như men rượu
Trăng vẫn hồng đào, trăng muôn niên.

MỞ CÁNH CỬA

Em có thấy lá vàng sân tịnh độ
Mùa thu rơi óng ả hiên chùa
Mở cánh cửa cho gió lùa thiên cổ
Cả đất trời xào xạc lá thu khua

Khi đáy mắt mùa thu ngan ngát
Có loài chim xa lạ bay về
Sẽ làm tổ và thong dong ca hát
Với tấc lòng hỉ lạc đến vô biên

Mở cánh cửa cho tràn trề ngây ngất
Trời mùa thu mây biếc mênh mang
Lòng dặn lòng khi qua mùa Phật thất
Mình lên đồi thả lá xuống trường giang

Đàn vắng nguyệt nên đàn rung với gió
Áo mây trời bay lướt thướt bên sông
Đánh một giấc cho mộng tràn đây đó
Giữa thu vàng giăng lấp cả hư không.

LÁ VÀNG

Lá vàng hay hoa vàng
Mà bay tràn không gian
Chia tay người cuối phố
Chào một mùa thu sang

Như có chút hương nồng
Trên đường chiều thong dong
Có một điều huyền diệu
Vừa rơi xuống trong lòng

Tiếng thơ hay tiếng đàn
Giữa tâm người mênh mang
Vô sinh hề! Vô tử
Nốt nhạc trầm, khinh an

Lá vàng hay mưa vàng
Đất bỗng vàng thênh thang
Người hồn nhiên tâm đắc
Vạt nắng chiều chưa tan.

SÔNG TÀN NÚI NGÃ

Hãy nói với mùa xuân hay mùa hạ
Buổi sơ khai, dòng lệ tuôn dài
Khi diệt tận, sông tàn núi ngã
Bụi tàn rơi tầm tã với sương bay

Đất đã nói điều gì với cỏ
Cuộc tàn phai và những mê say
Những ngọt ngào cùng với chua cay
Cứ vùi lấp, chất chồng sinh diệt

Mây cứ bay giữa trời xanh biếc
Chuông vang lên vô lượng tiếng Di Đà
Ai vẫn ngồi khai thị giữa muôn hoa
Đồi núi đó vẫn điềm nhiên an tịnh

Mưa sẽ rơi về ngàn phương vô định
Những bãi bờ cô tịch với phong ba
Trăng vẫn soi ngàn nẻo sơn hà
Đêm vẫn tấu khúc nhạc sầu thiên cổ.

NGÀN TRANG ĐẠI THỪA

Nghiễm nhiên ngồi giữa Niết bàn
Một thân tứ đại, một càn khôn xanh
Tư lương, một gánh tâm lành
Bốn phương còn lại mấy cành quế hương
Đáy lòng, biển vỗ yêu thương
Duy tâm tịnh độ mười phương Di Đà

Nghiễm nhiên ngồi giữa ta bà
Thiên thu một ánh trăng ngà còn soi
Đêm tàn ngàn hạt sương rơi
Thời kinh ai tụng bên trời thênh thang
Nghiêng vai phiền não tuôn tràn
Cúi hôn đất thấy ngàn trang đại thừa.

NGOÁI ĐẦU TRÔNG THÁNG CHẠP

Ngoái đầu trông tháng Chạp
Thơ võng nắng về đâu
Chờ người về gieo hạt
Vạn thọ nở ngang đầu

Ngồi đây chờ Nguyên đán
Mừng tuổi Mẹ ngàn năm
Ngồi đây chờ trời sáng
Bụi vẫn rơi âm thầm

Bước xuống đò gọi gió
Mật ý trôi về đâu
Phật tâm hề! Mờ tỏ
Trăng loang loáng trên đầu

Qua sông chưa an tọa
Máu tim chảy ngược dòng
Sương cùng mây lan tỏa
Bèo dạt hề! Mênh mông

Nâng ly chờ năm mới
Loài thiên nga bay xa
Chuốc đi này mông muội
Chuốc đi chén hải hà

Rót đầy thêm ly khổ
Chia đều cho mây bay
Ly nào ly khai ngộ
Chia đều từng cơn say

Đêm rồi đêm sẽ cạn
Ngày mới rót về đâu
Tình sâu tình cũng mãn
Biển chiều chờ mưa mau.

ĐƯỜNG CONG CỦA NÚI

Mỗi ngày vẽ một bức tranh
Đường cong của núi màu xanh của rừng
Mỗi mầm mỗi hạt rưng rưng
Mỗi tôi phiêu bạt dậy từng sát na
Vẽ chi tóc biếc da ngà
Cho con sông chảy phù sa vàng trời

Chân dung sừng sững con người
Bồng bềnh mưa nắng ngời ngời núi sông
Về đâu những hạt bụi hồng
Nhé em mình vẽ một vòng trái tim
Gối tay lên nỗi êm đềm
Nghe mưa đang rắc xuống miền vạn hoa.

GIẾNG MỐI XƯA

Bước lên con dốc thấy gì
Thấy muôn năm cũ đã về quanh đây
Này hoa cỏ này mây bay
Những hàng núi biếc đợi ngày mưa nghiêng
Lá lay hay tấm thơ hiền
Vói tay bỗng chạm tận giếng mối xưa.

HÒA THƯỢNG

*Đề tặng Hòa Thượng THÍCH TỪ THÔNG,
90 tuổi. Sinh quán Cái Bè Cai Lậy tỉnh Mỹ Tho.
Hiện thường trú tỉnh Lâm Đồng.*

Hòa Thượng vẫn ngồi nghe gió chướng
Bên trời lồng lộng mảnh trăng suông
Trang kinh lấp lánh màn sương sớm
Lưng trời vàng đọng chén trà thơm

Hòa Thượng ngồi đây trăng vẫn sáng
Bốn mùa lất phất với sương lan
Lòng theo mây biếc trôi vô hạn
Vẽ vạn đường bay cánh phượng hoàng

Người vẫn ngồi đây giăng mây trắng
Mờ mờ én nhạn lững lờ bay
Con sông về biển hề! Viên mãn
Gió ngàn thổi trắng cả hai vai

Lô nhô sinh tử hề! Như bụi
Tấm áo phong phanh gió bạt ngàn
Cười khan một tiếng rền trăm núi
Xuống hàng vẫy mực thuyết Kim Cang.

CÂY CẢI TRÊN BỜ ĐƯƠNG TRỔ BÔNG

Rắc chút tro than chút bụi hồng
Những đời lau sậy những bùn non
Chống sào con nước chiều vô ngã
Cây cải trên bờ đương trổ bông

Đã thấy đời ta là gió bụi
Thì cứ chìm theo con nước ròng
Lòng sẽ vơi đi và sẽ cạn
Đất trời bát ngát ở bên sông

Có thấy ngàn thu trên tán lá
Trong màu tơ lụa tiếng hoa khai
Đất sẽ reo tràn cơn mưa hạ
Nghe đời tí tách ở hiên mây

Thì cứ hồn nhiên trôi ly tán
Người có bao giờ thôi tha hương
Thì cứ lên đồi xem mây trắng
Máu sẽ cuồng lên nghĩa lạ thường.

LÀU LÀU THIÊN ĐỊA

Làu làu thiên địa hề! Kinh kệ
Gõ xuống trần gian tựa tiếng đàn
Ngàn thu lá rụng hề! Chân đế
Gió bụi mù sương bóng dã tràng

Chầm chậm nghe rừng thổi lá rơi
Người đi từng bước cũng qua đời
Từng cơn phiêu hốt từng mê hoặc
Lau sậy đong đưa cá đớp mồi

Hoa trôi và người cũng trôi
Gió cuốn nên thơ rớt trên đồi
Mây vẫn bồng bềnh mưa róc rách
Đường về mưa bụi vẫn lênh đênh

Đất mở cửa lòng từ sinh vô lượng
Những bờ sông bông huệ nở thênh thang
Hương sẽ ngát tận cõi trời vô thượng
Đất đá mang mang đại Niết bàn.

Tranh LÊ TRIỀU ĐIỂN

SÓNG BẠC ĐẦU

Một góc tâm linh, một góc thiền
Chiều nay thóc lúa bỗng lên men
Mênh mang nhân ảnh như cuồng lũ
Trôi xuống không đầy manh chiếu riêng

Gió thổi bồng bềnh mây hương sắc
Ngũ uẩn chia đều một cõi tâm
Ly khách xem thường cơn gió bấc
Vuốt mặt mà nghe tiếng sóng gầm

Lớp lớp sinh và lớp lớp diệt
Sóng bạc đầu giăng sóng bạc đầu
Hoa vẫn là hoa hề! Thanh khiết
Ta ngẩn ngơ hoài chốn bể dâu

Có những mùa mưa những cánh đồng
Vỡ đất thành sông lúa trổ bông
Mai về mở cửa căn nhà trống
Thiên cổ vèo bay hạt bụi hồng

Tóc da một bữa như cây đá
Đứng ngẩn ngơ và ngó ngẩn ngơ
Chiều nay bông cỏ bay nhiều quá
Cùng tử nhìn ra trắng cả trời.

CHIA ĐỀU NÀY NHÉ MÙ SƯƠNG

Vòng vèo từng sợi mây trời
Vẽ chi đậm nhạt ngôn lời đong đưa
Em ngồi vẩy tóc nắng mưa
Sầu hai giếng mắt dây dưa những gì
Hay là mộng mị li ti
Bồng bềnh biển gió trôi về ngàn phương

Chia đều này nhé mù sương
Trùng trùng bụi nắng vẽ đường về đâu
Tâm người dựng mấy biển dâu
Tiếng rưng rức tiếng mưa Ngâu mịt mờ
Hốt nhiên thấy rất tình cờ
Máu tim sẽ cạn một giờ quanh đây

Chia đều này núi này mây
Trang thơ đầy gió chia ngày mong manh
Ngồi đây mình lại dỗ dành
Chia nhau sợi khói tan nhanh hiên nhà
Góc tình tim bấc xót xa
Tấm thân ngũ uẩn trôi là đà trôi.

CỨ ĐỂ LÒNG THANH THẢN

Quảy gánh lên vai lòng phiêu hốt
Đường sen kia xanh đã ngút ngàn
Ngươi ở lại tạc vòng giếng ngọc
Rót hương vào từng vạt nắng vàng thơm

Cứ bỏ đó, cứ để lòng thanh thản
Mưa chiều nay lất phất gió muôn chiều
Cười với lá mùa xuân hay mùa hạ
Phía cuối đời sẽ vỡ lẽ tình yêu

Pha chút lệ sẽ nồng nàn hương muối
Những mùa xuân ẩn náu ở tay người
Sẽ ngây ngất mở toan vòm ngực mới
Vị ngọt bùi mây nước chín từng rơi

Quảy gánh lên vai hề! Ly biệt
Sân bay sương tỏa mờ cố hương
Người cũ ngàn năm đâu ai biết
Dốc núi sương pha, máu cạn nguồn.

MỘT BUỔI VUI CHÂN SÁO

Viễn ly viễn ly chiều nắng tắt
Rừng cây Long Thọ đã mù sương
Lung linh ảo hóa hề! Chân tánh
Bủa khắp nhơn gian tấm lụa hồng

Dựa núi nhìn quanh hề! Ba cõi
Sáu nẻo thong dong một ngã về
Và ta một buổi vui chân sáo
Ném áo qua sông chẳng nghĩ suy

Mưa tan biển hiện trăng mười sáu
Áo lụa mông mênh bóng Niết bàn
Nhìn ra rừng lá xanh tam bảo
Lúa chín thơm lên khói tỏa tràn

Viễn ly viễn ly ngày sắp hết
Ngồi giữa đồi nương thắp lửa trời
Thì ra vạn pháp đương sinh diệt
Ta đợi em về thắp nến chơi.

MỘT DÒNG TRÔI NGÂY NGẤT

Thơm chút nắng son hồng buổi sáng
Gió hiu hiu, gió bỗng ghé môi vào
Hương ngan ngát đất trời kia lãng mạn
Lòng bỗng hiền óng ả nắng thanh tao

Núi sẽ đứng ngàn năm reo với gió
Đợi em về mặc áo biển xanh
Chơi cút bắt cùng mây trời muôn thuở
Của chút tình chân đất tuổi thần tiên

Nhìn xem từng lớp trôi thành đất
Con nước chiều chưa biết sẽ về đâu
Thì cứ thả một dòng trôi ngây ngất
Mai lên bờ mộng mị với chiêm bao

Mưa hay bụi cũng một màu u nhã
Người với người chớp mắt chia tay
Đi hay ở cũng một trường vô ngã
Cây bút chì đương vẽ nắng cùng mây.

THƠ NHƯ BÔNG NẮNG

Có gì lạ, bài thơ như bông nắng
Như trái tim gieo bão, rất tình cờ
Kẻ chân tu bỗng dưng ngã mặn
Đứng giữa trời ngẫu hứng, làm thơ

Tiếng chân ngựa gõ đều trên núi
Lòng ta ơi, phiêu bạt đến bao giờ!?
Trang thơ đó ngàn năm chưa dứt
Những cuộc tình, bụi ẩm, chuyện đời xưa

Cứ thong thả giữa vô vàn lau lách
Nghe lũ chim vang dậy tự muôn trùng
Cứ thù tạc dưới vầng trăng thanh bạch
Nghĩa đất trời, nhạt nhạt hạt sương trong

Có muộn màng chi hề! Thiên lý
Cứ dạo chơi này vườn cải, vàng hoa
Này lụa mỏng và hương nồng mộng mị
Vẩy mực ca chia nắng với sơn hà.

DÃ TRÀNG

Trăng nghiêng xuống bãi cát vàng
Đêm nay nghe chuyện dã tràng tồn vong
Biển tràn bọt vỡ mênh mông
Này từng hạt máu phương Đông trôi về
Cháy bùng lên ngọn u mê
Sát na hỏa táng ê chề khói bay

Dã tràng về biển chiều nay
Đùn quanh chân núi cơn say bồng bềnh
Trông ra ngàn dặm gập ghềnh
Hằng sa hoa đốm nổi chìm lao xao
Bao nhiêu cặp mắt ngó nhau
Tan theo bọt nước cơn đau dã tràng.

NẮNG PHÁP HOA

Thắp bát nhang thơm giữa cánh đồng
Người xưa mờ tỏ khói mênh mông
Người như sương sớm như son phấn
Phút chốc trôi tràn khắp núi sông

Buồn chi gió bấc hờn căm thế
Rót xuống đồi nương cả lạnh lùng
Ta về khung lại từng câu kệ
Sốc áo lên đồi nghe gió rung

Tung nắm đất mù tăm thiên địa
Biển lùa khua động đất lao xao
Trà thơm một chén tràn mộng mị
Ngũ uẩn rơi vèo tận kiếp sau

Có phải lòng ta mây bao la
Nên chi hoa cúc nở la đà
Nên chi trời đất cùng hoan hỉ
Nắng thắp muôn trùng nắng pháp hoa.

NHƯ HOA ĐỐM

Người như sương sớm như hoa đốm
Vẽ vòng biến dị những sinh ly
Cùng tử ngồi xem cơn mưa sớm
Hốt giác hốt mê đến dị kỳ

Mình về mở cửa phù sinh đó
Hớp chén mù sương chén tử sinh
Con trăng còn đó mùa son đỏ
Bụi cát nhìn nhau bỗng cựa mình

Thì cứ rót từng đường xanh ngọc bích
Bởi tâm người nguyên vẹn tự muôn niên
Hồn nhiên sóng bủa duyên tan hợp
Rừng núi xanh lên nghĩa thượng thiền

Lô nhô vạn pháp hề! Vô ngã
Tiếng hống nghe vang cả núi rừng
Người vẫn cùng mây trôi vô hạn
Cớ gì cùng tử đứng bâng khuâng.

VỀ NGHE BÁT NHÃ CA

Đánh tiếng chuông rung vạn sát na
Trà thơm ngan ngát chén sơn hà
Tranh kinh ai thắp vầng trăng đó
Lão tướng về nghe Bát Nhã ca

Hoàng hạc còn bay, hoàng hạc bay
Ngàn thu lau sậy gát ngang mày
Lũ lượt bè trôi vô biên xứ
Hạt lệ còn nồng, hạt lệ cay

Về đâu, về đâu cơn mưa mau
Trùng dương đương rót tiếng dương cầm
Người về thắp nến cùng dâu bể
Chợt thấy ba đời, bọt nước xao

Bụi vàng óng ánh đất phương Đông
Soãi cánh bay lên những cánh rừng
Hòa âm cùng gió cùng mưa nắng
Vạn pháp rơi vèo, tự tánh không.

Đứa con đồng bằng Sông Cửu Long và của Đạo Phật.
Vượt biên đến Thái Lan 1988.
Định cư Úc châu năm 1990.
Hiện cư ngụ tại Melbourne AUSTRALIA.
Tác phẩm đã ấn hành:
- Thi phẩm "BỌT NƯỚC XAO" năm 2003, Melbourne Australia.
- Thi phẩm "LUNG LINH HOA TẠNG" năm 2007, Australia (in chung TK. THIỆN HỮU).
- 3 CD thơ phổ nhạc.

* Liên lạc: <lythuanghiep@gmail.com>

Về nghe Bát Nhã ca

MỤC LỤC

* ĐỌC THƠ LÝ THỪA NGHIỆP	7
1. SỪNG SỮNG NÚI	17
2. VÀNG ĐÁ BỒI HỒI	18
3. TRÔI VỀ BIỂN	19
4. CHÉN VÀNG SON	20
5. BẠN LỮ	22
6. CHÌM GIỮA NGÀN DÂU	24
7. DƯƠNG CẦM	25
8. KHÚC BI HOA	26
9. MẤY HÀNG NGHIÊNG	27
10. MỘT NẮM SẮC KHÔNG	28
11. CON TRÂU	29
12. TRÊN NGÀN NĂM	30
13. BÁT NHANG	31
14. ĐƯỜNG CHIM BAY NGÀY TRƯỚC	32
15. CĂN NHÀ	34
16. LIÊN HOA HOA MÙA NƯỚC NỔI	36
17. LÊNH ĐÊNH MỘT CHUYẾN	37
18. BẾN THIÊN LƯƠNG	38
19. MƯỜI NĂM KHÔNG THẤY NẮNG TRÊN ĐỒI	39
20. TRẦM HƯƠNG	40

Phụ bản 1: Tranh LÊ TRIỀU ĐIỂN 41
21. MỘNG TƯỞNG 43
22. MÙA DƯỢC THẢO 44
23. BẠCH HẠC 45
24. CHUYẾN XE ĐỘC MÃ 46
25. GÁNH CỎ XANH 47
26. MÀU RÊU PHỦ 48
27. XIN CHỚ HỎI MÙA XUÂN HAY MÙA HẠ 49
28. NÉM VÀO HƯ KHÔNG 50
29. HƯƠNG BÔNG BƯỞI 52
30. CHỞ MỘT CHUYẾN ĐẦY 53
31. SÓC TRĂNG NGÀY TRỞ LẠI 54
32. NGHỆ SĨ HÀNH 56
33. LÊN ĐỒI XEM MƯA BAY 57
34. NGỢI CA PHẬT ĐẠO 58
35. SỪNG SỮNG MỘT DUNG NHAN 59
36. CHỜ NĂM MỚI 60
37. QUÁ GIANG 62
38. CÂY CẢI RA BÔNG 63
39. DỖ DÀNH NHỚ THƯƠNG 64
40. ĐỒNG BẰNG 65
41. VỖ CÁNH THIÊN THU 66
42. HÔM NGƯỜI ĐI 67
43. NGHIÊN MỰC ĐỎ 68
44. KHAI KINH 69
45. LÊN CHÙA 70
Phụ bản 2: Tranh HỒNG LĨNH 71
46. VÔ PHƯƠNG HƯỚNG 73

47. LÚA THƠM	74
48. MƯA TRÊN TÓC	75
49. NỤ CƯỜI LẠT MA	76
50. THẢ LÁ	77
51. TRONG MẮT LƯỚI	78
52. QUA ĐI MÙA GIÓ CHƯỚNG	79
53. TRÔI VỀ NGÀN PHƯƠNG	80
54. TƯ BỀ GIÓ REO	81
55. TỤNG MỘT THỜI KINH	82
56. NGỤM TRÀ NÓNG	83
57. MƯA VỀ VỚI ĐẤT	84
58. HIA THẾ	85
59. NỬA KỀ GƯƠM ĐAO	86
60. "TÙNG ĐỊA DŨNG XUẤT"	87
51. VỠ ĐẤT RA XEM	88
52. TIẾNG CA BỎ PHỐ LÊN NGÀN	89
53. SEN ĐỒNG THÁP	90
54. KHI CHẠM NÚI	91
55. TẠC TƯỢNG (1)	92
56. TẠC TƯỢNG (2)	93
57. THƠM NGÁT MÁI TRĂNG RẰM	94
58. THẢ HƯƠNG LÊN TRỜI	95
59. THƠ TRÊN ĐỒI MƯA	96
60. QUA SÔNG	98
61. HÁI THUỐC TRÊN ĐỒI	100
Phụ bản 3: Tranh LÊ TRIỀU ĐIỂN	101
62. PHIÊU BỒNG THÁNG GIÊNG	103
63. GIỮA ĐỀN THIÊNG XƯA	104

64. TREO DƯỚI MỖI SỢI TÓC 105
65. Ở MỘT BẾN SÔNG 106
66. BỤI VẪN BAY 107
67. NGÀN DẶM TRỜI XANH 108
68. MUỐI SẼ TAN 110
69. MÙA THU MÙA THU 112
70. MỘT NGÀY MƯA BÊN NÚI 113
71. MƯA MELBOURNE MƯA SÓC TRĂNG 114
72. MÂY LÙA QUA TÂM 116
73. LỤC BÁT THÁNG CHẠP 117
74. MÂY THÁNG CHẠP 118
75. MÂY LƯNG NÚI 120
76. MAI XUỐNG NÚI 122
77. ĐƯỜNG LÊN DỐC 124
78. CÁNH ĐỒNG CỎ DẠI 125
79. HẠT BỤI HỒNG 126
80. ĐỒI MÂY 127
81. DƯỚI MỘT CỘI TÙNG 128
82. VỖ SÓNG MÀ CHƠI 129
83. GIÓ TRÊN ĐỒI 130
Phụ bản 4: Tranh HỒNG LĨNH 131
84. ĐẤT TRỔ BÔNG 133
85. ĐẤT THẢN NHIÊN 134
86. BUỔI TRƯA ẤY 136
87. VƯỜN NHO CHÍN 137
88. BÊN ĐÂY RỪNG NÚI ĐỨNG THAM THIỀN ... 138
89. CHÌM GIỮA NGÀN DÂU 140
90. LỬA RƠM ....l..... 141

91. BÀI CA TÂY TẠNG	142
92. BIÊN THÙY MÙA XUÂN	144
93. VÒNG QUANH LƯNG BIỂN	145
94. TÓC TRẮNG MÂY	146
95. ANH HÙNG MẠT LỘ BIỂN THUẬN AN	147
96. TẬN CÙNG MÙA THU	148
97. HÁI MÙA XUÂN	149
98. CUỘC TRÌNH DIỄN CỦA BIỂN	150
99. VỀ MẸ	152
100. MÙA XOÀI CHÍN	154
101. TẤM LƯỚI CHÂU	156
102. TÂM NHƯ MÂY	157
103. CHÉN MUỐI	158
104. MAI VỀ THĂM	160
Phụ bản 5: Tranh LÊ TRIỀU ĐIỂN	161
105. MỘT NẮM GIÓ SƯƠNG	163
106. HẠT CÁT VÀNG XƯA	164
107. CHÍN DÒNG PHÙ SA	165
108. CỔ PHONG	166
109. NGHE KINH	167
110. Ở CUỐI HÀNG	168
111. HÍ VANG RỪNG NÚI CŨ	169
112. TRÊN ĐỒI CỎ THIÊN THẦN	170
113. VỀ NÚI	172
114. SINH TRỤ HOẠI DIỆT VÀ HỒI SINH	173
115. ĐƯỜNG MÂY HỀ! KIÊU BẠT	174
116. HỐT NẮM ĐẤT	175
117. THÁNG GIÊNG MÙA GIỖ CHA	176

118. NGUYỀN MÀU SON ĐỎ 177
119. VÀNG THƠM CẢ THÁNG GIÊNG 178
120. NGÀY TA THẢ GIÓ TRÔI VỀ BIỂN 179
121. MỞ CÁNH CỬA 180
122. LÁ VÀNG 181
123. SÔNG TÀN NÚI NGÃ 182
124. NGÀN TRANG ĐẠI THỪA 183
125. NGOÁI ĐẦU TRÔNG THÁNG CHẠP 184
126. ĐƯỜNG CONG CỦA NÚI 186
127. GIẾNG MỐI XƯA 187
128. HÒA THƯỢNG 188
129. CÂY CẢI TRÊN BỜ ĐƯƠNG TRỔ BÔNG 189
130. LÀU LÀU THIÊN ĐỊA 190
* *Phụ bản 6:* Tranh LÊ TRIỀU ĐIỂN 191
131. SÓNG BẠC ĐẦU 193
132. CHIA ĐỀU NÀY NHÉ MÙ SƯƠNG 194
133. CỨ ĐỂ LÒNG THANH THẢN 195
134. MỘT BUỔI VUI CHÂN SÁO 196
135. MỘT DÒNG TRÔI NGÂY NGẤT 197
136. THƠ NHƯ BÔNG NẮNG 198
137. DÃ TRÀNG 199
138. NẮNG PHÁP HOA 200
139. NHƯ HOA ĐỐM 201
140. VỀ NGHE BÁT NHÃ CA 202
* *Sơ lược* TIỂU SỬ TÁC GIẢ 203

VỀ NGHE BÁT NHÃ CA
Thơ LÝ THỪA NGHIỆP
TẠP CHÍ HỢP LƯU Hoa Kỳ, California,
xuất bản và phát hành năm 2018
Trình bày bìa: Hoạ sĩ KHÁNH TRƯỜNG.

ISBN 978-1-944372-06-4

US$15.00

www.ingramcontent.com/pod-product-compliance
Lightning Source LLC
Chambersburg PA
CBHW020927090426
42736CB00010B/1068